பைசாசத்தின் எஞ்சிய சொற்கள்

பைசாசத்தின் எஞ்சிய சொற்கள்

காலபைரவன்

எதிர்
வெளியீடு

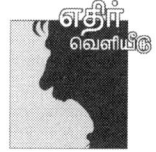

பைசாசத்தின் எஞ்சிய சொற்கள்
காலபைரவன்

முதல் பதிப்பு: ஜனவரி 2022
எதிர் வெளியீடு,
96, நியூ ஸ்கீம் ரோடு, பொள்ளாச்சி – 642 002
தொலைபேசி: 04259 226012, 99425 11302

விலை: ரூ. 150

PAISASATHIN ENGIYA SORKAL
Kalabairavan

Copyright © Kalabairavan
First Edition: January 2022

Published by
Ethir Veliyeedu, 96, New Scheme Road, Pollachi- 642 002
email: ethirveliyedu@gmail.com
www.ethirveliyedu.in

ISBN: 978-93-90811-75-5
Cover Design: Lark Bhaskaran
Printed at Jothy Enterprises, Chennai.

All rights reserved. No part of this book may be reprinted or reproduced or utilised in any form or by any electronic, mechanical or other means, now known or hereafter invented, including Photocopying and recording, or in any information storage or retrieval system, without permission in writing from the Publisher.

அ. ரவிக்குமாருக்கு

உள்ளடக்கம்

முன்னுரை 09
1. திரும்ப ஆடமுடியாத ஆட்டத்தின் விதிகள் 13
2. பாடம் 27
3. முறுக்காத்தி 40
4. விஷம் தோய்ந்த நெடுங்கனவின் நகம் 53
5. அடுத்த பட்டியலில் நிச்சயம் உங்களுக்கும் இடம் உண்டு ... 70
6. பைசாசத்தின் எஞ்சிய சொற்கள் 92

அப்போது மது கடவுளாகத் தோன்றி தெம்பூட்டிக் கொண்டிருந்தார்

எவரும் எதிர்பார்க்காத கணத்தில் கொரோனா பெருந்தொற்று நம்முடைய அகத்தையும் புறத்தையும் ஒருசேர புரட்டிப் போட்டிருக்கிறது. வாழ்வின் எல்லா அடுக்குகளையும் சிதைத்தும் கலைத்தும் போட்டு ஒரு அசுர விளையாட்டின் இரு சுற்றுகளை ஆடி முடித்திருக்கிறது. முற்றாக இன்னும் அது நம்மை விட்டு அகன்றிடவில்லை. அடுத்த சுற்று ஆட்டத்திற்கு அது தன்னை ஆசுவாசப்படுத்திக் கொண்டிருப்பதாக அறிவியலாளர்கள் எச்சரிக்கின்றனர். இப்பெரும் தொற்று தொடங்கிய நாட்களில் நம்முடைய பெரியண்ணன் திரையில் தோன்றி அரங்கேற்றிய நிகழ்வுகள் அனைத்தும் ஒரு அபத்த நாடகத்தின் அங்கங்களாகவே இருந்தன. விளக்கேற்றியும் ஒலி எழுப்பியும் கொரோனாவை அழித்து விடமுடியும் என்று நம்மை நம்ப வைக்க அதிகாரவர்க்கம் கடுமையாக பிரயத்தனப்பட்டது. ஒட்டுமொத்த இந்திய ஒன்றியத்திலிருந்து ஏதோ ஒரு வகையில் தமிழகம் தொடர்ந்து தன்னை வித்தியாசப்படுத்திக்கொண்டு தன் இயல்பிலிருந்து மாறாமல் தக்க வைத்துக் கொண்டே இருக்கிறது. விதிவசமாக கழிந்த ஆண்டுகளில் மொத்தமாக அடகு வைக்கப்பட்ட நம் சுயத்தை மீட்டெடுக்கும் வகையில் நாம் இங்கே எவ்வளவோ காரியங்களை செய்ய வேண்டியிருந்தது. தமிழ்நாடு என்று நம் மாநிலத்தை அழைக்கக் கூடாதென வடவர் தொடர்ந்து வலியுறுத்திக்கொண்டே இருந்தனர். இது தமிழ்நாடுதான் என்று அடித்துக்கூற நமக்கான ஒரு நல்லரசு அமைந்தது ஒரு நல்லூழ். கொரோனா மற்றும் ஒன்றிய அரசின் தொடர் தமிழ், தமிழர் விரோத போக்கு ஏற்படுத்திய அழுத்தத்திலிருந்து மீண்டு வர நமக்கு கலையும் இலக்கியமுமே கருவிகளாக திகழ்ந்தன. அவையில்லாமல் நாம் இந்தக் கொடிய நெருக்கடியை கடந்திருக்க முடியாது.

அனுதினமும் நிகழ்ந்த மரணங்களை கடந்தபடி ஒரே ஒரு வாக்கியத்தை கூட வாசிக்க முடியாமல் பைத்தியம் போல உழன்ற

அக்கொடிய நாட்களை சுலபத்தில் மறந்து விட முடியாது. மூளையும் இதயமும் முற்றிலுமாக மரத்துப்போன நாட்களாக அவை இருந்தன. அந்த நாட்களை மதுவின் துணை இல்லாமல் கடந்திருக்கவே முடியாது என நினைக்கிறேன். உறவினர்களின் தொடர் மரணங்கள் ஏற்படுத்திய பிறழ்விலிருந்து தப்பிக்க என் நண்பர்களுடன் சேர்ந்து முதல் ஊரடங்கு முழுக்க மதுவுடன் கழித்தேன். அப்போது மது கடவுளாகத் தோன்றி தெம்பூட்டிக் கொண்டிருந்தார். சிறுவயது முதலே எல்லா குணக் கேடுகளும் கசடுகளும் நிரம்பியவனாக இருந்திருக்கிறேன். என் குணக் கேடுகளினால் சிலரிடம் மிகக் கேவலமாகவும் நடந்துகொண்டு இருக்கிறேன். கொரோனா ஊரடங்கு ஏற்படுத்திய தனிமையில் அமர்ந்து யோசிக்கையில் நானே என்னை அருவருப்பாக உணர்ந்த நாட்களாக அவை இருந்தன.

ஒரு ஆசிரியராக இருந்து கொரோனா நம் எல்லோருக்கும் வாழ்வியல் தொடர்பான நிறைய பாடங்களை நடத்தி இருக்கிறது. தனிப்பட்ட முறையில் எனக்குள்ளும் நிறைய மாற்றங்களை நிகழ்த்தியிருக்கிறது. கொரோனாவின் பிடி இறுக இறுக பாம்பு தன் சட்டையை உறிப்பதுபோல என் கசடுகளை ஒவ்வொன்றாக கழற்றி வீசத் தொடங்கினேன்.. இக்கால கட்டத்தில் என் அருவருப்புகளின் ரணத்தில் இருந்து பெருகிய சீழை அள்ளி சிலர் சந்தோஷத்தோடு நக்கிக் குடித்தனர். அப்போதைய அவர்களின் முகங்கள் முடை நாற்றம் பிடித்த என் ரணத்தைவிடவும் குரூரமாக இருந்தன.

இந்நிலையில் ஏறக்குறைய பத்து ஆண்டுகளுக்குப் பிறகு 'பைசாசத்தின் எஞ்சிய சொற்கள்' சிறுகதைத் தொகுப்பின் இரண்டாம் பதிப்பு வெளிவருகிறது. இந்தக் கதைகளை எழுதும்போது மனம் எவ்வாறான கொதிநிலையில் இருந்ததோ அவ்வாறே இப்போதும் உணர்கிறேன். சூழலும் பெரிதாக மாறிவிடவில்லை. இக்கதைகளை வாசிக்கும்போது என் கூற்றின் உண்மையை நீங்கள் உணரக்கூடும். பாசாங்கான சமூகத்தின் கோரை பற்களில் அகப்பட்டு சிக்கி நைந்து போன வாழ்க்கையை வாழ்ந்து கொண்டிருப்பவர்களே இக்கதைகளின் மாந்தர்கள். ஒரு எழுத்தாளனாக அம்மாந்தர்கள் குறித்து எனக்கு நானே மேற்கொண்ட உரையாடல்களே இக்கதைகள்.

கழிந்த இரண்டு ஆண்டுகளில் கொரோனா பெருந்தொற்றினால் செய்வதறியாது அவநம்பிக்கையில் உழன்று கொண்டிருப்பவர்களை அரவணைத்து செல்லக் கூடிய சிறு வெளிச்சமாக நண்பர் ரவிக்குமார் அவர்களை காண்கிறேன். அவருடைய இருப்பும் இயக்கமும் நம்பிக்கையின் ஒரு எளிய அகல் விளக்கை ஏற்றியிருக்கிறது. காலம் எல்லா வகையிலும் அச்சுடருக்கு அனுசரனையாக இருந்துவிட்டால் போதும். பிற அனைத்தும் தானே நடந்தேறும். என் அன்பையும் எப்போதும் உடன் இருப்பேன் என்ற நம்பிக்கையையும் தெரிவிக்கும் விதமாக இந்நூலை அவருக்கு சமர்ப்பித்திருக்கிறேன்.

வழக்கம்போல என் எல்லா சுக துக்கங்களிலும் அன்பின் பந்தக்காலாக உடன் நின்று என்னை வழிநடத்தும் சூடிக் கொடுத்த சுடர் ஒளிக்கு எப்போதும்போல என் பிரியத்தின் வசவுகளும் அன்பும். இத்தொகுப்பிற்கு பிழை திருத்தி உதவிய தம்பி ஜெனார்த்தனனுக்கு என் அன்பும் நன்றியும்.

கிட்டத்தட்ட இருபதாண்டுகளாக சிறு பிசிறின்றி தங்களில் ஒருவனாக எண்ணி என்னிடம் அன்பு செய்யும் நண்பர்கள் தளவாய் சுந்தரமும் ராஜகோபாலும் என் அன்பிற்குரியவர்கள்.

என் ஒவ்வொரு எழுத்து முயற்சியிலும் ஏதோவொரு விதத்தில் உடன் இருக்கும் நண்பர்கள் கவிஞர்.கண்டராதித்தன், எழுத்தாளரும் மொழிபெயர்ப்பாளருமான அசதா, கவிஞர்கள் கே. ஸ்டாலின், தாமரை பாரதி ஆகியோர்க்கு நன்றி அறிவிப்பது எளிய சடங்காகிவிடும். எனவே அவர்களை மனதில் இருத்திக்கொள்கிறேன்

உடன் பணிபுரியும் நண்பர்கள் சு. ரவி, சே. குரு, தே. ஜான்சன் ஆன்ரூ சகாயம் மற்றும் எஃப். விக்டர் ஆகியோர்கள் என் அன்பிற்குரியவர்கள். என் எல்லைகளை அறிந்திருப்பது போலவே என் குண பேதங்களையும் உணர்ந்து உடன் இருப்பவர்கள். எந்த பிணக்கும் இன்றி அவர்களுடன் இருந்துவிட காலம் கொஞ்சம் அனுகூலம் காட்டிடவேண்டும்.

தீபம் நண்பர்கள் தண்டபாணி, ரமேஷ்குமார், ரவி பாண்டியன், காளிதாஸ், விஸ்வநாதன் மற்றும் சந்தோஷ்குமார் போன்றோர் இல்லாமல் என் இருப்பு இங்கே சாத்தியம் இல்லை. எந்த ஒரு நாளின் தொடக்கத்தையோ முடிவையோ இவர்கள் இல்லாமல்

என்னால் பூர்த்தி செய்துவிட முடியாது. அந்தவகையில் நான் பேறு பெற்றவன்.

இந்த நூலை அழகுற வெளியிடுவதன் மூலமாக தொடர்ந்து என்னை எழுத தூண்டிக்கொண்டிருக்கும் என் பதிப்பாளர் நண்பர் அனுஷ் மற்றும் நண்பர் எழுத்தாளர் கார்த்திகை பாண்டியன் இருவருக்கும் என் புதிய படைப்பு வாயிலாகத்தான் அன்பையும் நன்றியையும் தெரிவிக்க விரும்புகிறேன். அது இந்த ஆண்டு ஈடேறும்.

தோழமையுடன்
காலபைரவன்
25, பட்டித்தெரு
கண்டாச்சிபுரம்
விழுப்புரம் மாவட்டம் - 605 701
அலைபேசி: 99444 13444.

திரும்ப ஆடமுடியாத ஆட்டத்தின் விதிகள்

சாந்தி கொலை சம்பந்தமான செங்கேணியின் வலுவான துப்பு சதாசிவத்தை நெருங்க காவல் துறைக்கு மிகவும் பயனுள்ளதாக இருந்தது. தன் நடமாட்டத்தைக் காவல்துறை உற்றுக் கவனித்துக்கொண்டிருப்பதை அறிந்த சதாசிவம் வெளியில் வருவதை முற்றிலுமாகக் குறைத்துக் கொண்டான். ஆனாலும் அவன் மீதான காவல் துறையின் பிடி இறுகிக்கொண்டே இருந்தது. திடீரென அன்று மாலை சித்தாத்தூர் பம்பை கரைக்கு போலீஸ் வாகனம் பெரும் சீற்றத்தோடு வந்த போது மக்கள் கழனி வேலை முடிந்து வீடு திரும்பிக் கொண்டிருந்தனர். பம்பையில் தண்ணீர் இரு கரைகளையும் தொட்டு ஆர்ப்பரித்து ஓடிக்கொண்டிருந்தது. பக்கத்து நிலத்தில் சிறுவர்கள் நண்டு பிடித்துக் கொண்டிருந்தனர். வாகனம் நேராக பம்பை கரையின் மேலேயே சென்று நின்றது. பாதை நெடுகிலும் சொத சொதவென்று இருந்தது. வாகனத்திலிருந்து இறங்கிய காவலர்கள் பூட்ஸ் கால்கள் தடதடக்க அருகில் இருந்த கரும்புத் தோட்டத்திற்குள் புகுந்தனர். தகவல் அறிந்து ஊர் மக்கள் பம்பை கரையில் திரளத்தொடங்கினர். வயலில் வேலை செய்து கொண்டிருந்தவர்கள் என்ன நடக்கிறது என்று விளங்காமல் குழப்பத்தோடு பார்த்துக் கொண்டிருந்தனர். சனி மூலையில் மேகம் திரண்டு வானம் இருட்டிக் கொண்டு வந்தது. காவல் ஆய்வாளர் தன் குரலை உயர்த்தி மைக்கில் பேசினார். "சதாசிவம் நீ இருக்கிற எடம் தெரிஞ்சிதான் வந்திருக்கோம். மரியாதையா வந்து சரண்டர் ஆகிடு. இல்லனா விஷயம் ரொம்ப சீரிசாகிடும்." ஆய்வாளர் இவ்வாறு சொன்ன பிறகுதான், சதாசிவம் அங்கு ஒளிந்திருப்பதே அவர்களுக்குத் தெரிந்தது. "எப்ப இருந்து இங்க பதுங்கி இருக்கானோ பாவி" என பிலிவந்தி அக்கா தனக்குள் முணுமுணுத்துக்

கொண்டாள். அதற்குள் காவலர்கள் கரும்புத் தோட்டத்திற்குள் நுழைந்திருந்தனர். கரும்புத் தோட்டம் அடர்ந்தும் பரந்தும் இருந்தது. தன்னைக் காவலர்கள் நெருங்கிவிட்டதை அறிந்ததும் எப்படி இங்கிருந்து தப்பிப்பது என்று அவன் மனம் தாறுமாறாக யோசிக்கத்தொடங்கியது. மரணத்தின் பயம் அவன் விழிகளில் கவ்வத் தொடங்கியிருந்தது. தன்னை எப்படி நெருங்கினார்கள் என்று யோசித்துக் கொண்டே அங்குமிங்குமாக ஓடினான். இந்த இக்கட்டில் இருந்து தப்பிவிட்டால் போதுமென்று தோன்றியது அவனுக்கு. சவரம் செய்யப்படாத முகம், அழுக்கடைந்த துணி, ஊத்தைப் பற்கள் இவையே அவனை இன்னும் மோசமானவனாகக் காட்டியது. தண்ணீரில் அடித்து வந்து சாகக் கிடந்தவளை வன்புணர்ச்சி செய்த பாவம்தான் தன்னைத் துரத்துகிறது என்று எண்ணிக்கொண்டே தலையில் அடித்துக் கொண்டான். அவன் கண்களில் இருந்து கண்ணீர் வழிய ஆரம்பித்தது. மக்களில் பாதிபேர் காவலர்களுக்குத் துணையாக அங்கும் இங்கும் ஓடிக்கொண்டிருந்தனர். மீதிபேர் கரைமீது நின்று அமைதியாகக் கவனித்துக்கொண்டிருந்தனர். இனி ஏதும் செய்வதற்கில்லை என்று அவனது உள்மனம் அவனுக்கு உணர்த்தியபோது அவனுக்கு வேர்த்துக் கொட்டியது. தலை சுற்றுவதைப் போல உணர்ந்தவன் அப்படியே வாய்க்காலில் அமர்ந்தான். "எவ்வளவு பெரிய தவறைச் செய்திருக்கிறோம் சும்மாவா விடும்" என தனக்குள்ளாகவே கூறிக்கொண்டான். தன் இளம் மனைவியையும் குழந்தையையும் ஒரு கணம் நினைத்துப் பார்த்தான். பின் தேம்பித் தேம்பி அழத்தொடங்கினான்.

ஏரிக்கரை முழுவதும் மக்கள் கூட்டம் தென்பட்டது. அவனை இரண்டு காவலர்கள் கிழக்கு வாய்க்கால் வழியாக அழைத்துக்கொண்டு பம்பைகரை மீது ஏறிக்கொண்டிருந்தனர். அவன் யாரையும் ஏறெடுத்தும் பார்க்காமல் தலையை தொங்கப் போட்டப்படியே வந்தான். போலீஸ் வாகனம் அங்கேயே கொண்டு வரப்பட்டது. கரைமீது நின்றிருந்த சிலர் சதாசிவத்தைக் கண்மண் தெரியாமல் தாக்கத் தொடங்கினர். அவன் உதடு கிழிந்து ரத்தம் பெருக்கெடுத்தது. அவர்களைக் கட்டுப்படுத்த முடியாமல் காவலர்கள் செய்வதறியாது நின்று கொண்டிருந்தனர். ஆய்வாளர் வந்து குரல் உயர்த்தி சொன்னபிறகே கூட்டம் அமைதியடையத் தொடங்கியது. சதாசிவத்தின் முகம் வீங்கி விகாரமாகக் காணப்பட்டது.

அவனை வாகனத்தில் ஏறி அமருமாறு சைகை செய்தார் ஆய்வாளர். அவன் தாங்கித் தாங்கி நடந்து சென்று ஏறிப் பின் பக்கத்தில் அமர்ந்து கொண்டான். ஆய்வாளர் மற்றும் காவலர்கள் வண்டிக்குள் ஏறியதும் வாகனம் சீறிப் பாய்ந்தது. அப்போது ஏரிக்கரையில் நின்றிருந்த சிலர், “சார் அவனை கோயம்புத்தூரிலே போட்ட மாதிரி போட்டிருங்க” என்று கத்தினர். ஆய்வாளர் அதைக் கேட்டு புன்னகை செய்ய அவர்களைக் கடந்து சென்றது வாகனம். மழையால் சேரும் சகதியுமான பாதையில் வாகனத்தின் சக்கரங்கள் ஒருவித சப்தத்தை எழுப்பியபடியே சென்று கொண்டிருந்தது. சட்டென தூக்கம் களைந்து எழுந்து உட்கார்ந்தான் முருகன். சதாசிவத்தைக் கைது செய்தபோது இருந்த அவனது மரணத்தின் பீதி படிந்த கண்கள் இவனைத் தூங்க விடாமல் செய்துகொண்டிருந்தது. “கோயம்புத்தூர்ல போட்ட மாதிரியே அவனை போட்டுருங்க சார்” என்ற அன்று கேட்ட யாருடைய குரலோ இவனுள் கேட்டுக் கொண்டே இருந்தது. எழுந்து சென்று சிறுநீர் கழித்து விட்டு மீண்டும் வந்து படுத்துக் கொண்டான். சாந்தியின் நினைவுகள் இவன் மனதில் புரளத்தொடங்கின. அதனால் உறக்கம் வராமல் புரண்டு கொண்டே இருந்தான்.

காட்டாற்று வெள்ளத்தில் சிக்கி அடித்துக் கொண்டு போன சாந்திக்கு தலைப் பிரசவமாகி ஐந்து மாதமே முடிந்திருந்தது. மழை விட்ட பாடில்லை. எங்கு பார்த்தாலும் நீர்ப் பரப்பாகவே காட்சியளித்தது. கோணமலைக் காட்டிலிருந்து பெருக்கெடுத்த வெள்ளத்தின் சீற்றம் நான்கு நாட்களாகியும் தணியாமல் இருந்தது. வீரங்கிபுரம் ஏரி ஒரே இரவில் நிரம்பி கோடி இறங்கி இருகரைகள் தொட்டு வெள்ளம் பாய்ந்தோடிக் கொண்டிருந்தது. கொஞ்சமும் வேகம் குறையாத வெள்ளம் மடவிளாகம் ஏரி, சித்தாத்தூர் பம்பை, காரணை ஏரிகளைக் கடந்து சென்னகுணத்தைச் சூழத்தொடங்கியபோது சாந்தி அடித்துக்கொண்டுபோன செய்தி ஆடுமேய்க்கும் சிறுவர்கள் மூலம் ஊருக்குள் பரவ சாந்தியைத் தேடும் படலம் முழுவீச்சில் தொடங்கியது. மாட்டாஸ்பத்திரி அருகே சாந்தி எடுத்துச் சென்றிருந்த அன்னகுண்டான் மட்டும் வேலம் புதரில் சிக்கிக் கொண்டிருந்தது. நான்கு ஊர் மக்களும் சல்லடை போட்டுத் தேடினர். யாராலும் கண்டுபிடிக்க முடியவில்லை. அவள் துவைக்க எடுத்துச் சென்ற துணிகள் மட்டும் வழி நெடுக

தென்பட்டுக் கொண்டிருந்தன. மழை பெய்தபடியே இருந்தது. தீயணைப்பு வீரர்களும் வழிநெடுக தேடினர். அவளைக் கண்டுபிடிக்க முடியவில்லை. அவளுக்கு என்ன ஆகி இருக்குமோ என்று நினைத்த முருகனுக்கு அழுகை வந்தது. அவனுடைய சித்தப்பா அவனைத் தேற்றியபடி இருந்தார். வெள்ளத்தின் சீற்றம் குறைந்தால்தான் இனி ஏரியிலோ பம்பையிலோ இறங்கித் தேட முடியும் என்ற நிலையால் தேடுவதில் தொய்வு ஏற்பட்டது. அன்று மாலை மடவிளாகம் ஏரி உடைந்து வெள்ளம் ஊருக்குள் புகுந்தபோது, மக்களை மெல்ல பயம் கவ்வத் தொடங்கியது. சிவன் கோயிலிலும், பள்ளிக்கூடத்திலும் மக்கள் பாதுகாப்பு கருதி தங்க வைக்கப்பட்டனர்.

தன்னுடைய கழனியில் இருந்த குடிலில் கண்கள் சிவந்திருக்க, உடல்களை முறுக்கியபடி அருள் வந்து ஆடிக் கொண்டிருந்தார் சண்முக சாமியார். வேம்பும் இலுப்பையும் சூழ இருந்தது குடில். “வேட்டவலம் சாமியார்கிட்ட போயி மை தடவிப் பார்த்துட்டு வரலாம்” என்று கௌரிசித்தி நான்கைந்து முறை சொன்னதும் தான் முருகன் சரி என்று ஒப்புக்கொண்டான். ஆடிக் கொண்டிருந்த சாமியார் வேப்பிலையை உருவி வாயில்போட்டு நர நரவென்றுமென்று விழுங்கினார். வேம்பின் கசப்பு அவரின் குரலை மேலும் உக்கிரமாக்கத் தொடங்கியது. விழிகள் மேல் நோக்கி செருகிக் கிடந்தன. அருகில் அமர்ந்திருந்தவர்கள் விடாது பம்பை உடுக்கை அடித்துக் கொண்டிருந்தனர். சாமியார் மெல்ல கண்களை மூடினார். சிறிது நேரத்தில் அவரது உடல் குலுங்கத் தொடங்கியது. வலிப்பு கண்டவரைப் போல அவரது உடல் வெட்டிக் கொண்டது. கூடியிருந்தவர்கள் பயத்தால் அசையாது அவரையே உற்றுப் பார்த்துக் கொண்டிருந்தனர். பம்பை உடுக்கையின் உக்கிரம் குறையத் தொடங்கியதும் சாமியாரின் உடல் தளர சாமியார் பழைய நிலைக்கு வந்தார். மீண்டும் வேப்பிலையை உருவி வாயில் திணித்து மெல்லத் தொடங்கினார். முருகனும் கௌரியும் பயத்துடன் அவரைப் பார்த்துக்கொண்டே அவர் எதிரே அமர்ந்து கொண்டிருந்தனர். அவர் என்ன சொல்வாரோ என்ற பயம் அவர்கள் முகத்தில் கவிந்திருந்தது. மறுபடியும் கைகளை முறுக்கியபடி தலைக்கு மேலாக உயர்த்திய சாமியார் முருகனைப் பார்த்துப் பேசத் தொடங்கினார்: “முருகா உனக்கு இப்ப போறாத காலம் நடக்குது பா. உன்னைதான் காவு வாங்க அவன் துடிக்கிறான்”

என்று சொல்லிக்கொண்டே அண்ணாந்து கையை நீட்டி கூரையைக் காட்டினார். பின் ஒரு சுருட்டை எடுத்து பற்றவைத்து பக்பக் என புகையை இழுத்து மோட்டு வளையைப் பார்த்து விட்டார். அதற்குள் பக்கத்தில் அமர்ந்திருந்த கௌரிசித்தி சாமியாரிடம் “ஏன் சாமி இப்படிலாம் நடக்குது? ஏதாவது தெய்வ குத்தமா?” எனக் கேட்டாள். அதற்கு சாமியார் சற்று நேரம் யோசித்து “ஆமா. அவன் வீட்டுக்கு யாரோ செய்வெனை வச்சிருக்காங்க. அது இருக்கிற வரைக்கும் அவனால நிம்மதியா இருக்க முடியாது” என்று பரபரப்பாகக் கூறி மீண்டும் புகைக்கத் தொடங்கினார். கூட்டம் அவர் இழுத்துவிடும் புகையையே பார்த்துக் கொண்டிருந்தது. சாமி கொஞ்ச நேரம் கண்களை மூடி அமைதியாக இருந்தார். “சாமி சாந்திக்கு ஒன்னும் ஆகி இருக்காதே?” என்று முருகன் அவரிடம் பயத்துடன் கேட்டான். அதற்கு எந்த பதிலும் சொல்லாமல் இருந்தவர், கொஞ்சம் வேப்பிலையை உருவி வாயில் போட்டு மீண்டும் மெல்லத் தொடங்கினார். “முதல்ல உன் வீட்ல இருக்கற செய்வினையை எடுத்தால்தான் உன்னயே நீ காப்பாத்திக்க முடியும் பா” என்று முருகனிடம் கூறினார் சாமியார். “எப்ப சாமி அத எடுக்கலாம்?” என்று அவன் கேட்கவும் “வர வெள்ளிக் கிழமை எடுத் திடலாம்” என்று பதில் கூறினார். அவன் தாங்கிய படியே “சாமி போலீஸ்ல கேஸ் கொடுக்கட்டுங்களா?” என்று கேட்டான். “போலீஸ்காரனை நம்பரவன் இங்க எதுக்கு வரனும்” என்று சீறினார் அவர். அவரது சீற்றத்தைக் கண்டு முருகன் சங்கடப்பட்டான். சிறிது நேரம் எதுவும் பேசாமல் அமர்ந்திருந்த இருவரும் அவரிடம் சொல்லிவிட்டுப் புறப்பட்ட போது யாரோ ஒரு பெண்மணி, சாமியாரிடம் தன் மகனுக்கு இந்த வருடமாவது மெடிக்கல் சீட் கிடைச்சிருமா என்று கேட்டுக் கொண்டிருந்தாள். அவளின் பேச்சொலி அடங்கியவுடன், சாமியாரின் சிரிப்புச் சத்தம் கேட்கத் தொடங்கியது. சிரிப்பொலிக்கு அடுத்து அவரின் மந்திரச் சொற்கள் வெடித்துக் கிளம்பின. அதற்கேற்ப பம்பையும் உடுக்கையும் வேகமாக வாசிக்கப்பட்டன. “எதுக்கும் இன்னொரு முறை எப்ப வருவார்னு கேட்டுக் கட்டுமா?” என்று அவளிடம் கேட்டான். “போன்ல கேட்டுக்கலாம்” என்று அவள் கூறியதும் அவன் நடக்கத் தொடங்கினான்.

காரணைப் பெரிச்சானூர் ஏரிக் கரையோரம் ஆடா தொடை புதரில் சிக்கி இருந்த சாந்தியின் உடலை காவல் துறை கைப்பற்றிய போது அவள் அடித்துச் செல்லப்பட்டு மூன்று நாட்கள் கடந்திருந்தது. பூமாலையில் வைத்துக் கட்ட ஆடாதொடை இலை பறிக்கச் சென்ற பூக்காரர் ஏழுமலைதான் முதலில் பார்த்தவர். அவர் ஆய்வாளரிடம் அந்த இடத்தை சுட்டிக் காட்டி என்னவோ சொல்லிக் கொண்டிருந்தார். தலையை ஆட்டியபடி அவர் கூர்ந்து ஏழுமலை சொல்வதைக் கேட்டுக் கொண்டிருந்தார். விஷயம் கேள்விப்பட்டு சுற்றியுள்ள கிராம மக்கள் அங்கே கூட ஆரம்பித்தனர். முருகன் அழுதபடியே தன் சித்தப்பாவுடன் அங்கு வந்த போது கூட்டத்தைக் கலைக்க போலிஸ் ரொம்பவே சிரமப்பட்டுக் கொண்டிருந்தது. புதரில் கிடந்த அவளின் உடலைச் சென்று பார்த்து தலையில் அடித்துக் கொண்டு அழுதான். அவன் அழுவதைக் கண்ட அவன் சித்தப்பாவிற்கும் அழுகை வந்தது. கூட்டம் அவனையே பரிதாபத்தோடு பார்த்துக் கொண்டிருந்தது. சிறிது நேரத்திற்குள் ஆம்புலன்ஸ் வரவழைக்கப்பட்டு உடலை பிரேத பரிசோதனைக்காக அரசு மருத்துவமனைக்கு ஏற்றினர். அப்போது முருகன் அடக்க முடியாமல் தேம்பித் தேம்பி அழுதான். வண்டியில் ஏற்றப்பட்ட சாந்தியின் பிணத்தைப் பார்க்கக் கூட்டம் அலை மோதியதால், உடனடியாக ஆம்புலன்ஸை எடுக்க உதவி ஆய்வாளர் உத்தரவிட்டார்.

மறுநாள் பிரேத பரிசோதனை செய்யப்பட்ட உடல் முருகனிடம் வழங்கப்பட்டது. பிரேத பரிசோதனை அறிக்கையை வாசிக்க வாசிக்க ஆய்வாளர் முகம் இறுக்கமடையத் தொடங்கியது. தண்ணீர் கேட்டு வாங்கிக் குடித்துவிட்டு மீண்டும் அந்த அறிக்கையை வாசிக்கத் தொடங்கினார். "சாந்தியை ஒன்றுக்கு மேற்பட்டவர்கள் வன்புணர்ச்சி செய்திருக்கிறார்கள். பிறகே அவள் நீரில் முக்கி கொலை செய்யப்பட்டிருக்கிறாள். சிதைந்த நிலையில் இருந்த அவள் பிறப்புறுப்பில் படிந்திருந்த விந்தணுக்களின் மாதிரிகள் எடுக்கப்பட்டிருக்கிறது" எனும் வரிகளில் அவரது பார்வை நிலை குத்தி நின்றது. தன் மனத்திரையில் சாந்தியின் புகாரைத் தொடக்கத்தில் இருந்து மீண்டும் ஒரு முறை ஓடவிட்டுப் பார்த்தார். ஏற்கனவே சந்தேக மரணம் என்று பதிவு செய்திருந்ததை மாற்றி, கற்பழிப்பு

மற்றும் கொலை எனும் பிரிவுகளின் கீழ் வழக்கைப் பதிவு செய்து தன் விசாரணையைத் தொடங்கினார். மெல்ல இந்த தகவல் முருகனுக்குத் தெரிவிக்கப்பட்டது. அவன் அதைக் கேட்டு உடைந்து அழுதான். “சாந்திக்கு சாவு இப்படியா வரனும்?” என்று கௌரிசித்தியைப் பார்த்து அவன் தேம்பித் தேம்பி அழுதான். அவனைத் தேற்ற முடியாமல் அவளுக்கும் கண்களில் நீர் கோத்துக் கொண்டது.

சாந்தியின் மரணம் குறித்து ஊர் பலவிதமாகப் பேசிக்கொண்டது. தொடர்மழை ஊரின் முகத்தை மாற்றிக்காட்டியது. எங்கு பார்த்தாலும் ஒரே நீர்க்காடாக விரிந்து கிடந்தது. தும்பிகள் பகல் முழுக்க பறந்து திரிந்து கொண்டிருந்தன. தவளைச் சத்தம் இரவுகளின் பரப்பை அதிகரித்துக்கொண்டிருந்தது. பல வித மன நெருக்கடிகளுடன்தான் சாந்தியின் சிதைக்கு முருகனால் நெருப்பிட முடிந்தது. பற்றிப் படரும் தீயின் கங்குகள் அவளைத் தின்னத் தொடங்கியதும் அவன் தேற்றுவார் இன்றி தேம்பித் தேம்பி அழுதான். கூட்டம் மெல்லக் கலைந்து செல்ல ஆரம்பித்தது. திரும்பிப் பார்க்காமல் அவனை வரச்சொல்லி முன்னே நடந்து கொண்டிருந்தார் செட்டியார் வீட்டு செல்வம். சுடுகாட்டு ஓடையில் நீரின் சலசலப்பு கேட்டுக் கொண்டே இருந்தது. சாலையின் ஓரமிருந்த புளியமரத்தின் கீழ் அமர்ந்து பண்டாரம், குழிவெட்டியவர்கள் ஆகியோர்களுக்கு பணம் கொடுத்துக் கொண்டிருந்தார்கள்.

செங்கேணியின் மனமே அவனைக் கொல்லத் தொடங்கியது. நாற்றங்காலில் மடைகளை வெட்டி தண்ணீரை வெளியேற்றிக் கொண்டிருந்த அன்று, பம்பைக்கரையில் பார்த்தவற்றை அதற்கு மேல் செங்கேணியால் மனதில் வைத்திருக்க முடியவில்லை. சதாசிவமும் அவரது நண்பர்களும் ஒரு பெண்ணை அலங்கோலமாக மோட்டார் கொட்டகைக்குத் தூக்கிக் கொண்டு போனதை அடர்த்தியான மழைக்கு ஊடாகவும் செங்கேணியால் நன்றாகப் பார்க்க முடிந்தது. அன்றே இதை யாரிடமாவது சொல்லிவிடத்தான் நினைத்தார். எதற்கு வம்பு என்று விட்டுவிட்டார். மேலும் சதாசிவத்தின் நண்பர்களால் தன் உயிருக்கு ஆபத்து நேரக்கூடும் என்றும் யோசித்தார். தன் மனைவியிடம் மட்டும் சொன்னார். அதற்கு அவள், “உங்கள் வேலைய மட்டும் பாருங்க. எங்கயும் போயி எதையும் சொல்லத் தேவையில்லை” என்று கூறி அவரை

அடக்கினாள். மூன்று நாட்களுக்குப் பின் சாந்தி இறந்ததாகக் கேள்விப் பட்டவுடன் அவருக்கு உடல் நடுங்கத் தொடங்கியது. பதற்றம் தொற்றிக் கொள்ள, ஏதோவொரு சிக்கலில் தான் அகப்பட்டுக் கொண்டிருப்பதாகவும் உணர்ந்தார். அன்று அவருக்கு உறக்கம் பிடிக்கவேயில்லை. புரண்டு புரண்டு படுத்துக்கொண்டே இருந்தார். இதை இன்னும் எத்தனை நாட்களுக்குத்தான் நெஞ்சிற்குள்ளாகவே ஒளித்து வைத்திருக்க முடியும் என்று அவர் யோசித்தபோது அவரது முகத்தில் இருள் படியத் தொடங்கியது. இனம் புரியாத பாரம் மனதை அழுத்துவதாக உணர்ந்தவருக்கு இதயம் வெடித்து விடும்போல இருந்தது. சுவாசம் தாறுமாறாக வெளிப்பட்டது. சிரமப்பட்டே அவர் மூச்சை இழுத்து விட்டார். பின் எழுந்து சமையலறைக்குச் சென்று தண்ணீர் மொண்டு குடித்தார். தெருவிற்கு வந்து தெரு விளக்கு வெளிச்சத்தில் கொஞ்சநேரம் நடந்தார். இதற்கு மேல் தன்னால் அன்று பார்த்ததை ஒரு நிமிடம் கூட மறைத்து வைக்க முடியாது என்று முடிவு செய்தவர் விடிந்ததும் இது தொடர்பாகக் காவல் நிலையத்தில் தனக்கு தெரிந்ததைச் சொல்லிவிட வேண்டும் என்றும் முடிவு செய்து கொண்டார். மீண்டும் உள்ளே சென்று தண்ணீர் மொண்டு குடித்தார். மனம் லேசாகிவிட்டதாக உணர்ந்தவர் மூச்சை நன்றாக இழுத்துவிட்டபடி கட்டிலில் அமர்ந்தார். பின் மோட்டு வளையைப் பார்த்தபடியே படுத்தவர் கொஞ்ச நேரத்தில் தூங்கியும் போனார்.

போலீஸ் தலை இட்ட பிறகு தான் வரவே முடியாது என்று திட்ட வட்டமாகக் கூறிய சாமியாரை சம்மதிக்க வைக்க கௌரி சித்தி கடும் முயற்சி எடுக்கவேண்டி இருந்தது. சித்தியின் இந்த நடவடிக்கை சித்தப்பாவிற்குக் கொஞ்சமும் பிடிக்கவில்லை. "இந்த சாமியார் இல்லனா இன்னொருத்தன கூப்பிட வேண்டியது தானே?" என்று அவர் வெளிப்படையாகவே சித்தியைத் திட்டினார். "உங்களுக்கு ஒன்னும் தெரியாது சும்மா இருங்க" என்று அவரை அடக்கினாள் சித்தி. "எதுக்கெடுத்தாலும் சாமியார்கிட்ட ஓடரது எனக்கு சரியா படல" என சித்தப்பா சொல்லிக்கொண்டே துண்டை உதறிக்கொண்டு தெருவிற்கு வந்தார்.

ஓரளவிற்கு மனம் இயல்பை ஏற்றுக்கொள்ள ஆரம்பித் திருந்த அன்று வெள்ளிக்கிழமையாகவும் இருந்தது. அன்று

சாயுங்காலமே சாமியார் தன் உதவியாளருடன் முருகன் வீட்டிற்கு வந்து சேர்ந்தபோது, முருகன் தெருத் திண்ணையில் அமர்ந்தபடி தெருவை வெறித்துப் பார்த்துக் கொண்டிருந்தான். பூஜைக்குத் தேவையான வேலைகளை கௌரி சித்தி செய்து கொண்டிருந்தாள். உள்ளே சென்ற சாமியார் பூஜை அறையில், தான் கொண்டு வந்திருந்த பையைப் பிரித்து பூஜை சாமான் களை எடுத்து வைத்துக்கொண்டே சித்தியிடம் பேச்சு கொடுத்துக் கொண்டிருந்தார். அவளும் அவரோடு சிரித்துப் பேசினாள். இதைப் பார்த்த சித்தப்பாவிற்குக் கோபத்தால் முகம் சிவந்தது.

"எட்டு மணி ஆவுது. பூஜையை ஆரம்பிச்சிடலாமா?" என்று சாமியார் கௌரி சித்தியிடம்தான் கேட்டார். அவள் சரி என்பது போல தலையாட்டினாள். இதைப் பார்த்த சித்தப்பா அங்கு உட்காரப் பிடிக்காமல் தெருத் திண்ணைக்குச் சென்று உட்கார்ந்து கொண்டார். பூஜை அறையில் முருகன், கௌரி சித்தி மற்றும் முருகனின் உறவினர்கள் ஒரு வித பீதியுடன் அமர்ந்து கொண்டிருந்தனர். ஊதுபத்தியின் வாசனை அறை முழுக்க வியாபித்திருந்தது. காவு கொடுப்பதற்காகக் கொண்டு வரப்பட்ட சேவல் கொக்கரித்துக் கொண்டே இருந்தது. செங்கல்களை அடுக்கி அதில் உமியைக் கொட்டினார். அதன் மேல் ஆல், யா, அரசங் குச்சிகளை ஒடித்து அடுக்கி சாமியார் யாகம் வளர்க்கத் தொடங்கினார். உடன் வந்தவர் சாமியின் குறிப்பறிந்து தேவையானவற்றை எடுத்துக் கொடுத்துக் கொண்டிருந்தார். கற்பூரத்தைக் கொளுத்தி யாகத்தில் இட்டு நெய் ஊற்றி மந்திரங்களை சொல்லத் தொடங்கினார். யாகத்தில் தீ நன்றாக துடித்தபடி மேலெழுந்தது. அவர் நெய் ஊற்றிக் கொண்டே இருந்தார். அவரது உதவியாளர் உடுக்கையை எடுத்து வாசிக்க ஆரம்பித்தார். உடுக்கை ஒலி சூழலை அமானுஷ்யமாக மாற்றியது. யாகத்தில் ஏற்பட்ட புகையும் சேர்ந்து அறையை மேலும் இறுக்கமாக்கியது. உடுக்கை ஒலி பீறிட்டுக் கிளம்பிக் கொண்டே இருந்த போது சாமியார் தன் மார்பில் அடித்துக் கொண்டு தேம்பித் தேம்பி அழத் தொடங்கினார். பின் அருகில் வைத்திருந்த வேப்பிலையை உருவி வாயிலிட்டு மெல்லத் தொடங்கினார். அமர்ந்து கொண்டிருந்தவர்கள் ஒன்றும் புரியாமல் சிலைகளைப் போல இறுக்கத்துடன் இருந்தனர். அந்த அழுகையின் ஊடே

சாமியார் முருகனிடம் பேசத் தொடங்கினார். "முருகா. இந்த வீட்ல தீட்டு பட்டிருக்குப்பா. நா சொல்றது சரியா?" என்று அவர் கேட்டார். அவருக்கு என்ன பதில் சொல்வது என்று தெரியாமல் விழித்தான் அவன். கௌளரி சித்திதான் "ஆமா சாமி" என்றாள். "யாராலையும் அதை தடுத்து நிறுத்தி இருக்க முடியாது பா. உன் தலைக்கு வந்த ஆபத்துதான் அது. அவ கரு தரிச்ச நேரம் சரியில்லாததால அவள கொண்டுகுனு போய்டிச்சி" என அவர் கோர்வையாகச் சொல்ல மேலும் பதற்றம் அடைந்தான் முருகன். பயத்தில் அப்படியே உறைந்து இருந்தான். உடுக்கை அடிப்பவரைப் பார்த்து சேவல் மிரண்டு கொக்கரித்தது. "நா சாய்ந்தரம் வரப்பவே கட்டிச்சி. அந்தளவுக்கு சக்தி வாய்ந்த செய்வினய யாரோ வீட்ல வச்சிருக்காங்க. அது படுத்துர பாடுதான். பொருள் தங்காது. மன அமைதி இருக்காது. ஏண்டா வீட்டுக்கு வரோம்னு இருக்கும். நான் சொல்றதுலாம் சரிதான?" என்று அவர் கேட்டதும் "ஆமாம் சாமி" என்று பயத்துடன் சொன்னான். "இன்னையோட உன்ன பிடிச்சிருந்த பீடை ஒழியப்போவுது. இனி ஒரு பயமும் இல்ல பா" என்று சொல்லிக் கொண்டிருக்கும் போதே உடுக்கையின் ஒலி அதிகரிக்கத் தொடங்கியது. வேப்பிலையை உருவித் தின்றபடியே சாமியார் வேகமாக எழுந்து வெளியில் ஓடினார். தெரு வாசல் நோக்கிச் சென்றவர், அங்கிருந்து திரும்பி பின் வாசல் பக்கம் சென்றார். கூடவே அவரின் உதவியாளர் உடுக்கை அடித்தப்படி சென்றார். அங்கு அடுப்படிக்குப் பக்கத்தில் தரையில் புதைக்கப்பட்டிருந்த அம்மிக்கல்லை ஓங்கி ஓங்கி காலால் உதைத்தார். கௌளரி சித்திக்குப் பயமாக இருந்தது. "இத பேத்து எடுங்கடா" என்று அருள் வந்து ஆடிக் கொண்டே சொன்னார். நடப்பதை எல்லாம் ஒருவித பயத்துடன் பார்த்துக் கொண்டிருந்தான் முருகன். அவன் மாமா கடப்பாறையின் உதவியுடன் அம்மியை அப்புறப்படுத்தினார். பின் அதன் கீழ் இருந்த சிமெண்ட்டை எடுத்ததும் மணல் கிடைத்தது. உடனே சாமியார் குனிந்து மணலை வேக வேகமாக அள்ளி மேலே வீசினார். அவரிடம் ஓர் உக்கிரம் தெரிந்தது. மிகவும் பரபரப்பாக இருந்தார்.

தோண்டிக் கொண்டே இருந்தவர், எதையோ கூட்டிக் கூட்டி பிடிக்க முயன்றார். அது தப்பி ஓடப் பார்த்தது. இவர் அதைப் பிடிக்க பெரிதும் முயற்சி எடுத்துக் கொண்டிருந்தார். அதை ஒரு

கையால் அழுத்தி பிடித்துக் கொண்டே, "டேய் சேவல இங்க காட்டு" என்று கேட்டார். உதவியாளர் சேவலை அவரிடம் கொடுத்தார். அது கொக்கரித்துக் கொண்டே இருந்தது. சேவலை வாங்கியவர் அதன் குரல்வலையைக் கடித்து, அதில் இருந்து பீறிட்டெழுந்த ரத்தத்தைப் பள்ளத்தில் தெளித்தார். சேவல் துடித்துக் கொண்டிருந்தது. "த்தூ. சனியனே எங்கிட்டேயே உன் வேலையைக் காட்டுறயா?" என்று பள்ளத்திலிருந்து எடுத்த பொருளைப் பார்த்துக் கூறினார். அந்தச் சிறிய பொட்டலத்தைப் பிரித்தார். அது தாயத்து போன்று இருந்தது. அதை அனைவரிடமும் காட்டியவாறே "என்னமா ஓடுது...... பிடிக்க முடியல. கரகரனு சுத்துது. கொஞ்சம் அசந்தா போதும் என்னயே தீத்திரும். அந்தளவுக்கு சக்தி வாய்ந்தது. காவு கொடுத்தப் புறம் தான் அமைதியாச்சி" என்று சொல்லிவிட்டு மீண்டும் பூஜை அறையை நோக்கி நடந்தார். தன்னை மேலும் மேலும் பயம் சூழ்ந்தபடியே இருப்பதாக முருகன் குழம்பினான்.

மீண்டும் யாகத்திற்கு நெய் ஊற்றித் தீயை வளர்த்தார். தோட்டத்திலிருந்து கொண்டு வந்திருந்த தாயத்தைப் பிரித்து காட்டினார். அதில் கொஞ்சம் தலைமுடி மண் ஆகியன இருந்தன. "தோ பார், இது உன் மனைவியின் தலைமுடி. இது உன் காலடி மண்" என்று எடுத்துக் காண்பித்தார். முருகனுக்கு அவற்றைப் பார்த்ததும் மேலும் பயம் உடலெங்கும் பரவியது. சூழல் அவனுள் நடுக்கத்தை ஏற்படுத்தியது. அவன் உறவினர்களும் பயத்துடனே அமர்ந்திருந்தனர். பின் அந்த தாயத்தை எடுத்து யாகத் தீயில் போட்டார் சாமியார். "முருகன் காச எப்படிலாம் கரியாக்கறாங்க பாரு" என்று மெல்லிய குரலில் பக்கத்துவீட்டு சிவா அண்ணன் தன் மனைவியிடம் சொல்லிக் கொண்டிருந்தார். "வாய மூடிக்கினு சும்மா இருங்க" என்று அவள் தன் கணவனை அடக்கினாள்.

மணி பனிரெண்டை நெருங்கிக் கொண்டிருந்தபோது பூஜை முடிந்து கல்யாண பூசணிக்குப் பொட்டிட்டு அதை முருகனை எடுத்துக்கொள்ளச் சொன்னார். அவனைத் தன்னுடன் அழைத்துக்கொண்டு தும்பர மேட்டிற்குச் சென்றார். தெரு நாய் பெருங்குரலெடுத்துக் கத்தியது. கல்யாண பூசணியை எடுத்துச் சென்று இலுப்பை மரத்தின் கீழ் வைத்துவிட்டு மஞ்சள் தூள், சிவப்பு ஆகியவற்றைப் போடச் சொன்னார். அதைப் பார்த்து மூன்றுமுறை துப்பச் சொன்னார். பின்

கொஞ்சம் சில்லரைகளை எடுத்து அங்கே போடச் சொன்னார். அவர் சொன்னது போல திரும்பிப் பார்க்காமல் அவரை பின் தொடர்ந்து வீடு வந்து சேர்ந்தான். ஒரு எந்திரத்தைப் போல அவர் பேச்சுக்கு தான் கட்டுண்டு கிடந்ததை மறுபடியும் நினைத்துப் பார்த்தான். அவன் உடல் சிலிர்த்துக் கொண்டது. சாமியார் புறப்படும் போது கௌரியை வெளியில் அழைத்து என்னவோ சொன்னார். அவள் தலையை ஆட்டியபடியே கேட்டுக் கொண்டிருந்தாள். திண்ணையில் சாய்ந்து அமர்ந்திருந்த சித்தப்பா சாமியாருடனான அவளின் குழைவை ஆத்திரத்தோடு பார்த்துக் கொண்டிருந்தார்.

சதாசிவத்தைக் கைது செய்த பிறகு மற்ற மூன்று பேரையும் பிடிக்க அவர்களுக்கு அதிக அவகாசம் தேவைப்படவில்லை. அவர்களில் இருவர் தாங்களாகவே முன் வந்து கள்ளக்குறிச்சி நீதிமன்றத்தில் சரண் அடைந்தனர். ஒருவர் தானிப்பாடி அருகே நெடுஞ்சாலை சோதனையின் போது கைது செய்யப்பட்டு கண்டாச்சிபுரம் காவல் நிலையத்தில் ஒப்படைக்கப்பட்டார். பின் சதாசிவம் உட்பட நான்கு பேரும் மூன்று நாட்கள் போலிஸ் காவலுக்கு அனுப்பப்பட்டனர். ஆரம்பத்தில் அவ்வாறு செல்லவே அவர்கள் மறுத்தனர். தங்களை என்கௌண்டர் செய்துவிடுவார்கள் என்ற பயமும் அவர்களிடம் இருந்தது. சுலபத்தில் அவர்களிடம் இருந்து வாக்குமூலத்தைப் பெறமுடியவில்லை. பின் காவல்துறை வழக்கமான தங்களின் முகத்தைக் காட்டத் தொடங்கியது. நான்கு பேரும் நடுங்கிப் போனார்கள். வலி தாங்க முடியாமல் வாக்குமூலம் தந்துவிடுகிறோம் என்று கத்தத் தொடங்கியதும்தான் அடிப்பதை நிறுத்தினர். அதன் பிறகு விசாரணையில் அவர்களால் எந்த இடைஞ்சலும் நேரவில்லை. காவல் துறை விசாரணையின் முடிவில் தங்கள் குற்றத்தினை ஒப்புக் கொண்டு அவர்கள் அளித்த வாக்குமூலத்தின் விபரம்: "அன்னைக்கு மதியம்போல பம்பையில வலையக்கட்டி மீன் பிடிச்சிகினு இருந்தோம். தொடர் மழையால குளிர் அதிகமா இருந்தது. ராஜேஷ் தான் கண்டாச்சிபுரம் போய் பிராந்தியும் கோழிக்கறியும் வாங்கி வந்தான். நாலு பேரும் முட்டக் குடித்துவிட்டு மீண்டும் மீன் பிடிக்கத் தொடங்கினோம். பம்பைக்கு மேக்கால பக்கம் ஒரு பொம்பள ஆடைகள் களைஞ்ச நெலையில மயங்கிக் கிடந்துச்சி. செத்து கிடக்குதுனு கிட்டக போனம். ஆனா மூச்சி இருந்துச்சி.

ஆடை களைஞ்ச நெலையோட அவள பாக்க ஒரு மாதிரி இருந்துச்சி. வண்டிக் காரமுட்டு மோட்டார் கொட்டாய்க்கு அவள தூக்கிகினு போனம். தண்ணி நெறைய குடிச்சிருந்தது போல. செமகனம். காப்பாத்ததான் நெனச்சோம். சம்பத்துதான் அவள பர்ஸ்ட்ல செஞ்சான். வேண்டாம்னு சொல்லியும் அவன் கேக்கல. அவள் அப்போது லேசாக முனகினாள். குடிபோதை எங்களுக்கும் வெறிய ஏற்படுத்திச்சி. அப்புறம் நாங்க மாறி மாறி அவள செஞ்சோம். வலி தாங்காம அவ கத்தினாள். சத்தமாவும் அவளால கத்த முடியல. வேணாம்டா. வேணாம்டானு தொடர்ந்து சொல்லிக் கிட்டே இருந்திச்சி. போதையில எங்களாலா எதையும் யோசிக்க முடியல" என அவன் சொல்லச் சொல்ல ஆய்வாளரின் மனதில் அந்த பயங்கரம் விரியத்தொடங்கியது. நான்கு பேரின் முகத்தையும் உற்றுப் பார்த்தார். தண்ணீர் குடித்துவிட்டு, "சரி சொல்லுங்க" என்று சொன்னார்.

மீண்டும் அவன் சொல்லத் தொடங்கினான்: "கொஞ்ச நேரத்துக்கு அப்புறம் ஒருத்தர் மாத்தி ஒருத்தர் மறுபடியும் செஞ்சோம். அவ அழுது கெஞ்சினாள். எவ்வளவோ திமிறினாள். ஆனாலும் எங்கள மீற அவளுக்கு உடம்புல வலு இல்ல. அப்ப எங்களுக்கு போத தலைக்கேறி இருந்திச்சி. இவள இப்படியே விட்டா நமக்குதான் பிரச்சனை. தூக்கினு போயி பம்பையில கெடாசிடலாம்னு ரகோத்துதான ஐடியா குடுத்தான். பம்பைக்கு தூக்கினு போவும் போது அவள் முனகிக் கொண்டே வந்தாள். பம்பை கரையில படுக்க வச்சம். சட்டுனு நான்தான் அவள் தலையை தண்ணிக்குள்ள அமுக்கினேன். ஏன் அப்படி செஞ்சன்னு தெரியல. அவ கால் ரெண்டும் படபடனு அடிச்சிகினு இருந்திச்சி. ரொம்பவும் திமிறினா. வலுகொண்ட மட்டும் அழுத்தினேன். கொஞ்ச நேரத்துல அவ தல தொங்கிடுச்சி. அப்படியே தூக்கி பம்பையில கெடாசிட்டு எதுவும் நடக்காதது போல வீட்டுக்கு போயிட்டம்" என்று சதாசிவம் நடந்ததை சொல்லிக்கொண்டே வந்தான். அவனையே பார்த்துக்கொண்டு மற்ற மூன்று பேரும் நின்று கொண்டிருந்தனர். காவலர் ஒருவர் அதை எழுதிக்கொண்டே வந்தார். அந்தரத்தில் சுற்றிக் கொண்டிருக்கும் மின்விசிறியைப் பார்த்துக் கொண்டிருந்த ஆய்வாளர் "எழவெடுத்தவங்களா எல்லாம் தான் பண்ணீங்க. உயிரோடவாவது அவள விட்ருக்

கலாம் இல்ல” என்று கேட்டார். அவர்கள் நால்வரும் எதுவும் பேசாமல் அமைதியாக நின்று கொண்டிருந்தனர். தலை குனிந்து நின்றிருந்தவர்களை உற்றுப் பார்த்துக் கொண்டே ஆய்வாளர் தன் பையில் இருந்து சிகரெட்டை எடுத்துப் பற்றவைத்தபோது ஒரு சிறுவன் அவருக்குத் தேனீர் கொண்டு வந்தான். அச்சிறுவனைப் பார்த்ததும் சதாசிவத்திற்குத் தன் குழந்தையின் ஞாபகம் வந்தது. கண்களில் நீர் திரள அவனையே பார்த்துக் கொண்டிருந்தான். மற்ற மூவரும் சதாசிவத்தையே பார்த்துக் கொண்டிருந்தனர். மனைவியின் முகம் அவன் மனத் திரையில் வந்துகொண்டே இருந்தபோது ஆய்வாளர் குடித்து முடித்த தேனீர் குவளையுடன் அந்தச் சிறுவன் படி இறங்கிக் கொண்டிருந்தான். வெளியில் வெயில் சுள்ளென்று அடித்துக் கொண்டிருந்தது.

மழை ஓய்ந்து குளிர் காலம் தொடங்கியபோது சாந்தியின் நினைவுகள் அனைவரது எண்ணங்களிலும் தனது வண்ணத்தை மெல்ல இழக்கத் தொடங்கியது. ஆனாலும் முருகன் அதிலிருந்து வெளிவர முடியாமல் தனிமையிலேயே இருக்க ஆரம்பித்தான். எந்தக் கொண்டாட்டத்திலும் ஈடுபாடு கொள்ளாமல் திண்ணையே கதியாகக் கிடந்தான். எப்படியாவது அவனைத் தனிமைத் துயரில் இருந்து வெளியேற்றிவிட நினைத்த கௌரி சித்தி “இன்னொரு முற சாமியாரப் போய் பார்த்துட்டு வரலாமா” என்று அவனிடம் கேட்டாள். அவரிடம் போகவேண்டும் என்று விரும்பாததால் அவன் உறுதியாக வேண்டாம் என்று மறுத்து விட்டான்.

மேலும் தன் சித்தியிடம் “மாமாவ அமைதியா இருக்கச் சொல்லுங்க சித்தி. வெள்ளிக்கிழமை சந்தைக்கு நம்மூருக்கு வந்த சதாசிவத்தின் பொண்டாட்டிய அசிங்க அசிங்கமா திட்னாறாம்” என்று சொன்னான். கௌரி சித்தி எதுவும் பேசாமல் ஆழ்ந்து அவனையே பார்த்துக் கொண்டிருந்தாள். “அவன் அப்படி செஞ்சதுக்கு அந்த பொண்ணு என்ன செய்யும் பாவம்” என்று சொல்லிக் கொண்டே திண்ணையில் இருந்து இறங்கி தெருவிற்குச் சென்றான். இரு நாய்கள் ஆக்ரோஷமாக சண்டையிட்டுக்கொண்டே அவனைக் கடந்து தெருவில் ஓடிக் கொண்டிருந்தன.

❖❖❖

பாடம்

"டேய் வாங்கடா பஸ் ஆட்டம் ஆடலாம்" என்று காயத்ரி தன் நண்பர்களை அழைக்கும் போதே அவளது மனதில் இருந்த பஸ் வேகமெடுத்து உறுமலுடன் கோணமலை மீது ஏறிக்கொண்டிருந்தது. எப்போதும் போல ஜன்னல் ஓர இருக்கையில் அமர்ந்திருந்த அவளது விழிகள் பாம்பென வளைந்து நெளிந்து செல்லும் பாதையில் நிலைத்திருந்தன. அவளின் கனவை சிதறடிக்கும் விதமாக, "யார் யார்லாம் ஸ்கூல் ஆட்டம் வெளையாடவறீங்க?", என ஷம்மு அவளுக்குப் போட்டியாகக் கேட்டாள். தினமும் பள்ளிக்கூடம் விட்டு வீட்டிற்கு வந்ததும் இருவருக்கும் என்ன விளையாட்டு விளையாடுவது என்பதில் போட்டி ஆரம்பிக்கும். சிறிது நேர இழுபறிகளுக்குப் பிறகு இருவரும் ஸ்கூல் ஆட்டமே ஆடத் தொடங்குவர். அன்றும் அப்படியே ஸ்கூல் ஆட்டம் ஆட முடிவானது. தெருக்கதவின் பின்புறம் கரும்பலகையாக மாற, வீட்டின் கூடம் வகுப்பறையாக உருவெடுத்தது. யார் யார் மிஸ்ஸாக இருப்பது; யார் யார் மாணவர்களாக இருப்பது எனும் அடுத்த போட்டி அவர்களுக்குள் ஏற்பட்டது. சிறிதும் தாமதிக்காமல் ஷம்மு காயத்ரியிடம் "இன்னக்கி மட்டும் அக்கா மிஸ்ஸா இருக்கேன். நாளையல இருந்து நீயே இருடா செல்லம்" எனக் கெஞ்சினாள். இன்று எப்படியும் மிஸ்ஸாக வேண்டும் என்று நினைத்துக்கொண்டிருந்த அபியின் நினைப்பில் மண்ணை அள்ளிப்போடுவதாக இருந்தது ஷம்முவின் விருப்பம். மற்ற நண்பர்கள் சுற்றி நின்று வேடிக்கை பார்த்துக் கொண்டிருந்தனர். "போக்கா.. நீ தெனமும் இப்படிதான் சொல்ற. ஒரு நாளாவது என்ன மிஸ்ஸா இருக்க வுடறயா?" என்று ஷம்முவிடம் காயத்ரி கேட்டாள். ஷம்முவிற்கு என்ன சொல்வதென்றே தெரியவில்லை. "ப்ளீஸ்மா" என்று மறுபடியும்

கெஞ்சினாள். வழக்கம் போல அரை மனதுடன் காயத்ரியும் மாணவியாக இருக்க சம்மதித்தாள். இவ்வளவு சீக்கிரத்தில் காயத்ரி ஷம்முவிடம் பணிந்ததை அபியால் ஜீரணித்துக் கொள்ள முடியவில்லை. ஒருவித ஏமாற்றத்தோடு அபி எல்லோருக்கும் கடைசியாகச் சென்று அமர்ந்துகொண்டாள். ஷம்முவின் முகத்தில் ஆசிரியை எனும் மிடுக்கு மெல்ல ஏறத் தொடங்கியபோது அவள் நடையிலும் மாற்றம் தென்பட்டது. கைகளை வீசி நடந்தபடி அவள் வகுப்பறைக்குள் நுழைந்தாள். காயத்ரி மற்றும் அவர்களுடைய நண்பர்கள் தங்கள் புத்தகப்பைகளைத் தோளில் மாட்டிக் கொண்டு மதிய உணவுப்பையை கைகளில் வைத்துக்கொண்டு வகுப்பறைக்குள் நுழைந்தனர். மாணவர்கள் நுழைவதைக் கண்ட ஷம்மு, "பெர்மிஷன் இல்லாம வரக்கூடாதுனு எத்தன முறை சொல்றது. இனிமே பெர்மிஷன் கேட்ட பிறகுதான் உள்ள வரனும் புரியுதா?" என அதட்டலுடன் கூறினாள். ஷம்மு அதற்குள் உள்ளே வந்திருப்பாள் என யாரும் எதிர்பார்த்திருக்கவில்லை. சலசலப்புகளுக்கிடையே மெல்ல வகுப்பறைச் சூழல் உருக்கூடத் தொடங்கி இருந்தது.

"மே ஐ கம் இன் மிஸ்" என்று எதிர்வீட்டு செந்தில் கேட்டான். நாற்காலியில் இருந்து எழுந்திருப்பதைப் போல பாவனை செய்தபடி ஷம்மு அவனைப் பார்த்து "கெட் இன்" எனச் சொல்லிவிட்டு அவனை நோக்கி நடந்து வெளியில் வந்தாள். ஒருவர் பின் ஒருவராக அனுமதி கேட்டுவிட்டு தங்கள் இடத்தில் சென்று அமர்ந்தனர். வெளியில் சென்ற ஷம்மு சிறிது நேரம் கழித்து வகுப்பறைக்குள் நுழைந்தாள். மாணவர்கள் அனைவரும் எழுந்து நின்று "குட் மார்னிங் மிஸ்" என்று கோரசாக கூறினர். தலையை மட்டும் ஆட்டிக்கொண்டே அவர்களைக் கடந்து தன் இருக்கையில் சென்று அமர்ந்தாள் ஷம்மு. மெல்ல திரும்பி கரும்பலகையைப் பார்த்தாள். அதில் ஏதும் எழுதப்படாமல் வெறுமையாக இருந்தது. முகத்தில் கோபத்தை வரவழைத்துக் கொண்டு, "போர்டுல இன்னைய டேட்டையும் கிழமையையும் போடனும்னு எந்த நாய்க்காவது அறிவு இருந்திச்சா? எத்தனை தடவை சொல்றது. மொத வேலையா டேட் போடனும்னு" எனக் கத்தினாள் ஷம்மு. மாணவர்கள் ஒருவரை ஒருவர் பார்த்துக்கொண்டனர். நடையில் துணி மடித்துக்கொண்டிருந்த அவள் அம்மா சுந்தரி,

"பிள்ளைகளை நாயின்னுலாம் சொல்லக்கூடாது மா" என்று ஷம்முவைப் பார்த்துக் கூறினாள். அதற்கு அவள்" போ மா. உனக்கு எதுவும் தெரியாது. எங்க குள்ள மிஸ் இப்படிதான் திட்டுவாங்க. வேணும்னா காயத்ரிய கேட்டுப் பாரு", என்று திட்டவட்டமாக கூறினாள். தன் புத்தகப் பையில் கையை விட்டபடியே காயத்ரியும் ஆமோதிப்பவள் போல் தலையை மெல்ல ஆட்டினாள். காயத்ரியின் இந்தச் செயலை உதட்டைப் பிதுக்கி செந்தூர் பழித்துக் காண்பித்தான். அவன் பழித்துக் காட்டுவதைப் பார்த்த அபிக்கு சிரிப்பு பீறிட்டது. ஆனால் அவள் வெளிக்காட்டாமல் அடக்கிக் கொண்டாள். யார் போய் தேதி போடுவது என எல்லோரும் யோசித்துக் கொண்டிருக்கும்போதே வாத்தியார் வீட்டு கபில் எழுந்து போய் தேதியையும் கிழமையையும் போட்டுவிட்டு வந்து அமர்ந்தான். கால்மேல் கால் போட்டபடி தன் எதிரில் அமர்ந்திருக்கும் மாணவர்களைப் பார்த்து, "யார் யார்லாம் ஹோம் ஒர்க்க செஞ்சிட்டு வந்திருக்கீங்க. கை தூக்குங்க பார்க்கலாம்" என ஷம்மு கேட்டாள். ஓரிருவர் மட்டுமே தூக்கினார்கள். மற்றவர்கள் தலையைக் குனிந்துகொண்டு அமைதியாக இருந்தனர். "ஸ்கூல்ல அவசர அவசரமா என்ன பாத்து சம் போடுறவ நீ. இங்க வந்து எங்கள ஹோம் வொர்க் செஞ்சிட்டிங்களானு கேக்கறயா. எங்க போறாத நேரம்டா சாமி" என தலையில் அடித்துக் கொண்டாள் அபி. உண்மையில் ஷம்மு வீட்டில் இருக்கும் கேரம் போர்டும் வீடியோ கேமுமே இவர்களை அவளுக்கு அடங்கிப்போகச் செய்கின்றன. அப்புறம் புதுப்படம் வெளியான உடனேயே ஷம்மு வீட்டில் சி.டியில் பார்த்துவிட முடியும் என்பதும்தான் அபியை அவளுக்கு எதிராக இயங்கவிடாமல் செய்துவிடுகிறது. ஆனால் அவளுக்கு எதிராக நடந்துகொள்ள வேண்டி வரும்போதெல்லாம் இனி எந்த சலுகையையும் அவளிடமிருந்து பெறக்கூடாது என்றே நினைப்பாள். ஆனால் புதுப்பட சி.டியும் வீடியோ கேமும் ஒவ்வொரு முறையும் அவளைப் பேசவிடாமல் வாயைக் கட்டியே வைத்திருந்தன. செந்தில் இவளைத் தொடையில் தட்டி "என்ன யோசனை?" என்று கேட்டான். அப்போதுதான் அவள் நினைவுகளில் இருந்து மீண்டாள். வீட்டுப்பாடம் செய்யாமல் வந்திருந்த அனைவரையும் எழுந்து வரிசையில் நிற்கும்படி கட்டளையிட்டாள் ஷம்மு. வகுப்புத்

தலைவனைப் பார்த்து "எங்கடா இங்கிருந்த கோல்" என்று அதட்டலுடன் கேட்டாள். பேகன் எழுந்து "மிஸ் நான் போயி எடுத்துட்டு வரட்டா?" என்று கேட்டான். "உன் வேலையைப் பாருடா முந்திரிக் கொட்டை" என்று சொல்லி அவனை உட்காரச் சொன்னாள். கோல் வந்தவுடன் வரிசையில் நின்றிருந்தவர்களுக்கு ஆளுக்கு இரண்டு இரண்டு அடிகள் கொடுத்தாள். வீட்டுப்பாடம் செய்யாததால் வரிசையில் கடைசியாக காயத்ரியும் அடிவாங்க நின்றிருந்தாள். அவள் முறை வந்தபோது "அக்கா வேகமா அடிக்காத. அப்புறம் நாளக்கி உன்ன மிஸ்கிட்ட மாட்டி விட்டுருவேன்" என்று ஷம்முவைப் பார்த்துச் சொன்னாள். அதற்கு ஷம்மு, "இப்ப மிஸ் ஆட்டம் தான ஆடறோம். இங்க நான்தான் மிஸ் அப்புறம் அக்கானு ஏன் கூப்பிடுற?" என்று கேட்டாள். காயத்ரி நாக்கை மெல்லக் கடித்தபடி அடி வாங்க கையை நீட்டினாள். ஷம்மு முதல் அடியைக் கொடுத்தாள். காயத்ரி கைகளை உதறிக் கொண்டே "போ நான் இந்த ஆட்டத்துக்கு வரல. நீ சும்மா மிஸ்தான. எதுக்கு வேகமா அடிக்கிற. நா வரல போ" எனக் கூறிக் கொண்டே புத்தகப் பைகளைத் தூக்கிக்கொண்டு வகுப்பறையை விட்டு வேகமாக வெளியேறினாள். கடைசியில் அமர்ந்திருந்த அபி, "அக்கா சொன்னதுக்கெல்லாம் பூம்பூம் மாடு மாதிரி தலை ஆட்னா இல்ல. நல்லா வேணும் அவளுக்கு" என பேகனைச் சீண்டிச் சொன்னாள்.

கூடத்தில் அமர்ந்து தொலைக்காட்சியில் தொடர் பார்த்துக்கொண்டிருந்த தன் அம்மாவிடம் சென்று முறையிட்டாள் காயத்ரி. விளையாட்டிற்காக அடித்திருப்பாள். கோபப்படாமல் போய் விளையாடு என்று அம்மா எவ்வளவோ சமாதானம் செய்து பார்த்தாள். கூடத்தில் இருவரும் மாறி மாறிப் பேசுவதைக் கேட்ட ஷம்முவும் உள்ளே வந்து காயத்ரியிடம் கெஞ்சினாள். எதற்கும் அவள் இறங்கி வருவதாகத் தெரியவில்லை. வேறு வழி தெரியாமல் கடைசி கட்டமாக காயத்ரியிடம், "நீயும் மிஸ்ஸா இருக்கியா?" என்று ஷம்மு கேட்டாள். அதைக் கேட்ட காயத்ரியின் கண்கள் பிரகாசமாக ஒளிர்ந்தன. திடீரென ஷம்மு இப்படி கேட்பாள் என அவள் எதிர்பார்க்கவே இல்லை. முகம் முழுக்க புன்னகை பரவ தலையை "சரி" என இப்படியும் அப்படியுமாக ஆட்டினாள். பின் சமையல் அறைக்குச் சென்று

விசுப்பலகையின் மேல் இருந்த குடத்தில் இருந்த தண்ணீரை மொண்டு குடித்தாள். தோட்டத்திற்குச் சென்று சிறுநீர் கழித்துவிட்டு வந்தவள் காயத்ரியின் கைகளை பிடித்தவாறே, "நீ சின்ன மிஸ். அக்கா பெரிய மிஸ் சரியா" எனக் கூறி ஆட்காட்டி விரலை ஆட்டியபடி நடந்து சென்றாள். காயத்ரியும் தனக்கு முழுச்சம்மதம் என்பதுபோல வாய்முழுக்கச் சிரிப்புடன் அன்னாந்து அக்காவைப் பார்த்தாள்.

வகுப்பறைகள் தனித்தனியாகப் பிரிக்கப்பட்டன. இருவரும் ஆளுக்கு சரி பாதியாக மாணவர்களை பிரித்துக் கொண்டனர். வகுப்பறைக்குள் நுழைந்தவுடன் காயத்ரி அனைவருக்கும் வணக்கம் தெரிவித்துக்கொண்டு தன்னைப்பற்றிக் கூறத்தொடங்கினாள்: "நான் புதுசா வந்திருக்க இங்கிலீஷ் மிஸ். யாரும் தப்பு பண்ணா எனக்கு புடிக்காது. அப்புறம் பெரிய மிஸ்கிட்ட சொல்லி டி.சி குடுக்க வேண்டியிருக்கும். ஜாக்கிரதையா இருங்க." சொல்லி முடித்துவிட்டு ஓரக்கண்ணால் அபியையும் பேகனையும் பார்த்தாள். அபி தன் முகத்தை வேறுபக்கம் திருப்பிக் கொண்டாள். கரும்பலகைக்கு காயத்ரி ஜன்னல் கதவைப் பயன்படுத்திக் கொண்டாள். கரும்பலகையைச் சுத்தம் செய்தபடியே, "யாரும் பேசாதீங்க. மீறி பேசுனா பெரிய மிஸ்கிட்ட போய் சொல்லிடுவேன்" என மிரட்டினாள். அதற்கு செந்தூர், "எதுக்கெடுத்தாலும் பெரிய மிஸ்தானா?" என செந்திலிடம் கிசுகிசுவெனக் கேட்டான். கரும்பலகையில் ஆப்பிள், பனானா, கேரட் போன்ற வார்த்தைகளை எழுதிப்போட்டு விட்டு மாணவர்களைப் பார்த்து காயத்ரி சொன்னாள்: "ஒவ்வொன்னையும் பத்துமுறை எழுதுங்க". மாணவர்கள் சரி என்பது போல தலையாட்டினர். கொஞ்சநேரம் இப்படியும் அப்படியுமாக நடந்தவள் தன் வகுப்பறையை விட்டு ஷம்மு இருந்த வகுப்பிற்குச் சென்றாள். அவள் அருகில் அமர்ந்து, "மிஸ் உங்க சாரி ரொம்ப அழகா இருக்கு. எங்க எடுத்தீங்க?" என்று கேட்டாள். ஷம்மு கொஞ்சமும் இதை எதிர்பார்க்கவில்லை. தன் தங்கையின் பாவனை அவளை சிலிர்க்கச் செய்தது. அவள் அம்மாவின் முகத்தைப் பார்த்தாள். அம்மாவிற்கு ஒன்றும் விளங்கவில்லை. அவள் காயத்ரியிடம் என்ன என்பது போல கையை ஆட்டிக் கேட்டாள். அதற்கு காயத்ரி, "இப்படிதாம்மா எங்க ஜெயந்தி மிஸ் கேப்பாங்க" என்றாள். இதைக் கேட்ட அம்மாவிற்கு

சிரிப்பு வெடித்துக் கிளம்பியது. அவள் சிரிப்பதைப் பார்த்து இவர்களும் சிரித்தனர். "அம்மா நீ உள்ள போ மா" என்று இருவரும் தன் தாயைப் போகச் சொன்னார்கள். அம்மா சென்று விட்டாளா என்று உறுதிசெய்து கொண்டு, "இதுவா மிஸ், இது கன்னிகா பரமேஸ்வரில எடுத்தது. காட்டன் கலந்தது. எங்க ஹஸ்பண்டுதான் வாங்கிக் கொடுத்தார்" என்று சேலையைத் தொட்டுக் காட்டுவது போலத் தன் சட்டையைத் தடவியபடியே ஷம்மு காயத்ரியிடம் கூறினாள். அதற்கு காயத்ரி "எனக்கு ரொம்ப பிடிச்சிருக்கு மிஸ்" என்று சொன்னாள். தங்களின் உரையாடல்கள் மூலமாக அவர்கள் தங்களின் வகுப்பறைகளைத் தொடர்ந்து கட்டமைத்துக் கொண்டே இருந்தனர். வகுப்பறையின் முகமும், அடிக்கடி மாறிக் கொண்டே இருந்தது. இவர்களின் பாவனைகளை எல்லாம் ஜன்னல் வழியாக அம்மா பார்த்துக் கொண்டே இருந்தாள். ஒருகட்டத்தில் தெருத் திண்ணையில் அமர்ந்து புத்தகம் படித்துக் கொண்டிருந்த தன் கணவனை அழைத்து இவர்களின் சேட்டைகளைக் காட்டினாள். அவரும் ஜன்னல் கதவோரம் ஒளிந்து கொண்டு அவர்களைப் பார்த்துக் கொண்டிருந்தார். சரியாகப் பார்க்க முடியவில்லை என்பதால் தெருத் திண்ணைக்கே சென்றார். அங்கிருந்து அவர்களை நன்றாகப் பார்க்க முடிந்தது. "அப்புறம் உங்க பையன் நல்லா படிக்கறானா மிஸ்?" என்று காயத்ரி மறுபடியும் கேட்டாள். "ஸ்கூல்ல இப்படி யார்டி பேசுவா?" என்று யோசித்தபடியே காயத்ரியிடம் ஷம்மு கேட்டாள். "நம்ம அஞ்சாவது மிஸ்தான இப்படி கேட்பாங்க" என்று சொன்னாள். ஷம்மு "ஆமாம்" என்பது போல தலையில் லேசாக கொட்டிக்கொண்டே, "எங்க மிஸ் படிக்கறான். எப்பா பாரு கிரிக்கெட்டுதான். என்ன பண்றதுனு தெரியல மிஸ்" என்று அலுத்துக்கொண்டு சொன்னாள். "ஆமாம் மிஸ் என் பொண்ணு கூட வீட்டுக்கு வந்தானா, சுட்டி டி.வியே கதின்னு கெடக்கறா" என்று சலிப்பாகப் பேசினாள். இவர்களின் உரையாடல் வழி உருவாகும் வகுப்பறையின் சித்திரங்களை ரசித்தபடியே தெருத் திண்ணையில் அமர்ந்திருந்தார் தந்தை. காயத்ரி அடிக்கடி அவரை நிமிர்ந்து பார்த்துவிட்டு குனிந்துக் கொண்டாள். அப்போது அவளது முகம் வெட்கத்தால் நிரம்பி இருந்தது. "மிஸ் மிஸ்" என்று அழைத்தபடி காயத்ரியின் வகுப்பில்

இருந்து ஒருவன் ஓடிவந்தான். "என்னடா?" என்று அவனைக் கேட்டாள். "நான் எழுதிட்டேன் மிஸ். நோட்புக்கை பைக்குள் வச்சிடவா?" என்று கேட்டான். "அதுக்குள்ள முடிச்சிட்டியா. அப்ப அடிஷன் டேபிள தலைகீழா மூணு தடவ எழுதுடா" என்று சாதாரணமாக அவனிடம் கூறினாள். அவனும் "சரிங்க மிஸ்" எனக் கூறிக்கொண்டே வகுப்பறை நோக்கி ஓடினான். தன் சேலை முந்தானையால் விசிறிக்கொள்வது போல பாவனை செய்தபடியே, "செத்த நேரம் சும்மா இருக்கவிட மாட்டுதுங்க மிஸ்" என வகுப்பறையில் இருந்த மாணவர்களைப் பார்த்துக் கூறினாள். அவளின் இந்த செய்கையைப் பார்த்து பெற்றோர்கள் இருவரும் வாய்விட்டுச் சிரித்தனர்.

"ஏம்மா இருட்ட ஆரம்பிச்சிடுச்சி. வந்து மொகம் கழுவிகினு ஹோம் வொர்க் செய்யுங்க" என்று அம்மா இவர்களை அழைக்கவும் மின்சாரம் நிற்கவும் சரியாக இருந்தது. "போச்சுடா கரண்ட்டுகார சாண்டா குடிச்சவன் அதுக்குள்ள புடிங்கிட்டானா" என்று தேவகி அழுத்தம் திருத்தமாகச் சொன்னாள். அவள் பேச்சைக் கேட்ட பெற்றோர்கள் இருவருக்கும் தூக்கிவாரிப்போட்டது. இவர்கள் இருவரைத் தவிர மற்றவர்களுக்கு அந்தவார்த்தையின் அர்த்தம் தெரிந்திருக்கவில்லை. "தேவகி யார் உனக்கு இப்படி பேச சொல்லிக் கொடுத்தா?" என்று ஷம்முவின் அம்மா அவளைப் பார்த்துக் கேட்டாள். அதற்கு மிகச் சாதரணமாக "எப்ப கரண்ட் நின்னாலும் எங்க பாட்டி இப்படிதான் சொல்லும்" என்று சொன்னாள். ஷம்முவின் அம்மா தலையுயர்த்தி தன் கணவனைப் பார்த்தாள். அவர் அமைதியாக நின்றுகொண்டிருந்தார். "இனிமே நீ இப்படி பேசக்கூடாது" என தேவகியை செல்லமாகத் தட்டிச் சொன்னாள். "அப்ப பாட்டி மட்டும் சொல்லலாமா?" என்று அவள் திரும்பக் கேட்டாள். இவளுக்கு என்ன பதில் சொல்வதென்று தெரியவில்லை. அதற்கு மேல் அதை வளர்த்த விரும்பாதவளாக "இருட்டிடிச்சி பாருங்க. அவுங்கவுங்க வீட்டுக்குப் போங்க. தேடப் போறாங்க." என அனைவரையும் பார்த்துச் சொன்னாள். அதற்கு காயத்ரி, "தோ முடிச்சிடரோம் மா" என்று சொன்னாள். ஷம்மு தன் வகுப்பில் ஒருவனை அழைத்து வீட்டிற்கு விடும் மணியை அடிக்கச் சொன்னாள். அவனும் சைகையால் மணியை அடித்தான். மாணவர்கள்

அனைவரும் எழுந்து மாலை வழிபாட்டிற்கு வரிசையில் நின்றனர். பெரிய மிஸ் எனும் ஸ்தானத்தில் அவர்களுக்கு எதிரில் நின்று ஷம்மு பேசினாள்: “ஸ்கூல் தெறந்து இருபது நாள் ஆயிடுச்சி. பேரன்ட்ஸ் கிட்ட சொல்லி பீஸை சீக்கிரம் கட்டச் சொல்லுங்க. அப்பதான் நோட்புக், டை, பெல்ட் எல்லாம் தருவோம்.” அவள் பேச்சிற்கு மாணவர்கள் அனைவரும் “சரி” எனும் விதமாக தலையாட்டினர். “நேஷ்னல் ஆன்த்தம்” என்று சத்தமாக காயத்ரி சொன்னாள். மாணவர்கள் அனைவரும் நேராக நின்று நெஞ்சை நிமிர்த்தி தேசியகீதம் பாடினர். “ஸ்கூல் டிஸ்பர்ஸ்” என்று மாணவர்களைப் பார்த்து காயத்ரி உரக்கச் சொன்னாள். “பை பை மிஸ்.. தேங்க்யூ மிஸ்” என்று கூறிக்கொண்டே மாணவர்கள் கலைந்து சென்றனர். கூடம் வெறுமையாக காட்சி அளித்தது. “ஏம்மா காபி கலக்கட்டுமா?” என்று அம்மா கேட்டதும் தான் இவர்கள் இயல்பு நிலைக்குத் திரும்பினர்.

தெருவில் நாய்கள் குரைத்துக்கொண்டு முருகன் கோயில் தெரு நோக்கி ஓடின. காபி குடித்துவிட்டு வீட்டுபாடம் செய்த பின் ஷம்முவும் காயத்ரியும் தெருவிற்கு வந்து விளையாடிக் கொண்டிருந்தனர். அபி தலைமையில் ஒரு குழுவும் ஷம்மு தலைமையில் ஒரு குழுவாகவும் பிரிந்து நிலாக்கும்பல் விளையாடினர். தெருவெங்கும் ஆங்காங்கே திட்டுத்திட்டாக இருந்த நிழல்களில் எல்லாம் இரு அணியும் மாறி மாறி நிலாக்கும்பல் வைத்தனர். பின் இரு அணிகளும் மாறி மாறி எதிர் அணியின் நிலாக்கும்பல்களைக் கண்டுபிடித்து அழிக்கத்தொடங்கினர். அபி அணி எதிர்பார்க்க முடியாத இடங்களில் எல்லாம் நிலாக்கும்பல் வைத்திருந்தனர். ஷம்மு அணிக்கு அது பெரும் சவாலாக விளங்கியது. எல்லோரும் நிலாக்கும்பலை அழிக்க அங்கும் இங்குமாக ஓடிக்கொண்டிருந்தனர். எல்பர் வீட்டு பூவரசமரத்தடியில் பரவலாக இருட்டு கவிந்திருந்தது. நிலாக்கும்பல் ஏதாவது வைத்திருக் கிறார்களா எனப் பார்க்க அபி அங்கு சென்றாள். மரத்தின் கீழே இருட்டில் யாரோ படுத்துக் கொண்டிருப்பது மங்கலாகத் தெரிந்தது. ஒருவித அச்சத்தோடே அருகில் சென்றாள். ஷம்மு மீது செந்தில் படுத்துக் கொண்டிருந்தான். இவள் வந்து நிற்பதை உணர்ந்த இருவரும் பயத்தில்

அலண்டு அடித்துக் கொண்டு எழுந்து ஓடினர். ஆட்டம் தொடர்ந்துகொண்டே இருந்தது.

வெகுநேரம் கழித்து அவர்களின் அம்மா தெரு வாசலுக்கு வந்து பார்த்தாள். நன்றாக இருட்டி விட்டிருந்தது. “ஷம்மு, காயத்ரி சாப்பிட வாங்க” என்று சப்தம் போட்டுக் கூப்பிட்டாள். மூன்றாவது வீட்டில் இருந்து தட தடவென காயத்ரி ஓடிவந்தாள். ஷம்மு அப்போதுதான் தெரு திருப்பத்தில் நடந்து வந்து கொண்டிருந்தாள். தான் பார்த்ததை அபி யாரிடமும் சொல்லிவிடக் கூடாதே என மனதிற்குள் வேண்டிக் கொண்டாள். அப்படியே அவள் சொன்னாலும் செந்தில்தான் தன்னை “வா அப்பா அம்மா ஆட்டம் ஆடலாம்” என கூப்பிட்டான் என்று சொல்லிவிடுவது என்றும் மனதிற்குள் எண்ணிக்கொண்டாள்.

ஷம்மு வீட்டிற்குள் நுழையும் போது தொலைக்காட்சியில் செய்தி ஓடிக்கொண்டிருந்தது. “இந்த அப்பாவுக்கு எப்பவுமே நியூஸ்தான்” எனக் கூறிக்கொண்டே ரிமோட்டைத் தேடினாள். ரிமோட் அப்பாவின் மடியில் கிடந்தது. இந்த முறை ரிமோட்டைத் தரக்கூடாது என்ற பிடிவாதத்தில் அமர்ந்திருந்தார் அவர். ரிமோட்டை எடுக்கக் குனிந்தவள், “அப்பா பிளீஸ் பா” என்று கெஞ்சலாகக் கேட்டாள். கீழே குனிந்து தன் அப்பாவிடம் பேசும் போது அவளுக்கு சட்டென பயம் தோன்றி மறைந்தது. அபி வந்து அங்கு பார்த்ததைச் சொன்னால் அப்பாவின் முகம் எப்படி இருக்கும் என ஒருநொடி நினைத்துப் பார்த்தாள். மீண்டும் பயம் அவளைக் கவ்விக் கொண்டது. அவள் கெஞ்சலாகக் கேட்கவும் மறுப்பேதும் சொல்லாமல் அவரும் கொடுத்துவிட்டார். அவள் கைக்கு ரிமோட் வந்ததும் தடதடவென சேனல்கள் மாறின. அவள் விரல்கள் தொடர்ந்து ரிமோட்டை இயக்கியபடியே இருந்தது. போகோ சேனல் வந்ததும் ரிமோட்டை அருகில் வைத்துவிட்டு சாப்பிட அமர்ந்தாள். “இத்தனை வேகமாக இயக்க இதுகளுக்கு யார்தான் கத்துக் கொடுத்தாங்களோ” என்று சொல்லிக்கொண்டே அவரும் சாப்பிட அமர்ந்தார். “ஆடிட்டு வந்து அப்படியே சாப்பிட ஒக்காறாதீங்கனு எத்தனை தடவ சொல்றது” என்று சமையலறையில் இருந்து அம்மாவின் குரல்

ஓங்கி ஒலித்தது. காயத்ரியும் ஷம்முவும் உதட்டைப் பிதுக்கிக் கொண்டே கை கழுவிக்கொண்டு சாப்பிட அமர்ந்தனர்.

சூடாக இருக்கும் நூடுல்ஸை அன்ன வெட்டியால் எடுத்து மூன்று தட்டிலும் வைத்தாள். ஒவ்வொருவருக்கும் முள் கரண்டி கொடுக்கப்பட்டது. மெல்ல இயல்பு நிலைக்குத் திரும்ப ஆரம்பித்திருந்த ஷம்மு தட்டில் இருந்த நூடுல்சைக் கிளரி கிளரி சாப்பிட ஆரம்பித்தாள். “இன்னாமா எப்பவும் நூடுல்ஸை வெள்ளையாவே செய்யற. சாந்தி அத்த வூட்ல மட்டும் கலரா செய்றாங்க இல்ல” என்று காயத்ரி அம்மாவைப் பார்த்து அலுப்பாக கேட்டாள். “சரி அடுத்த முறை கலரா செய்றேன்” என்று வழக்கமான தொனியில் அவளின் அம்மா கூற, “எப்பவும் இதே மாதிரி தான் சொல்ற. ஆனா செய்ய மாட்ற. போ நான் சாப்பிட மாட்டேன்” என்று வீம்பு பிடித்தாள். இருவரும் மாறி மாறி பேசிக் கொண்டே இருந்தனர். தன் பிடிவாதத்தை கொஞ்சமும் தளர்த்திக் கொள்ள காயத்ரி முயலவில்லை. காயத்ரி முரண்டு பிடித்து அழ ஆரம்பித்தாள். சாப்பிட்டுக்கொண்டிருந்த அவளின் அப்பாவிற்கு இவர்களின் சண்டை கோபத்தை ஏற்படுத்தியது. “இப்ப சாப்ட போறியா, இல்ல நீங்க உங்க மிஸ் பத்தி அடிச்ச கொட்டத்தை வந்து ஸ்கூல்ல சொல்லட்டுமா?” என்று காயத்ரியைப் பார்த்து சத்தமாகக் கேட்டுக்கொண்டே எதிரில் இருந்த சொம்பைத் தூக்கித் தரையில் ஓங்கி அடித்தார். சொம்பு தரையில் மோதி பெருத்த சப்தத்தை ஏற்படுத்தியது. அவரின் கோபத்தை உணர்ந்த காயத்ரி சர்வமும் ஒடுங்கிப் போனாள். எதுவும் பேசாமல் தட்டில் இருந்ததை எடுத்து சாப்பிடத் தொடங்கினாள். பயந்து போய் சாப்பிடும் காயத்ரியைப் பார்ப்பதற்கு மிகவும் சங்கடமாக இருந்தது அவருக்கு. தான் இந்தளவு கோபமாக அவளிடம் நடந்து கொண்டிருக்கக் கூடாதோ என்றும் மனதிற்குள் நினைத்துக் கொண்டார். ஷம்மு அமைதியாக சாப்பிட்டு விட்டு கை அலம்பிக் கொண்டு அறைக்குச் சென்று படுத்துவிட்டாள். அவர் சாப்பிட்டு விட்டு துண்டை எடுத்துத் தோளில் போட்டுக்கொண்டு தெருவில் சிறிது நேரம் நடக்கச் சென்றார். காயத்ரி அமைதியாக தெருக் கதவோரம் சுவரில் சாய்ந்து அமர்ந்து கொண்டிருந்தாள். அவள் அம்மா எவ்வளவோ பேச்சு கொடுத்தும் கூட அவள் ஏதும் பேசவில்லை. அடுத்த நாளுக்கு சமையல் செய்ய

தேவையான கீரைகளை ஆய்ந்து வைத்துவிட்டு, தோட்டக் கதவை சாத்தினாள் அவள். அவர் உள்ளே வந்து ஓடிக் கொண்டிருந்த தொலைக்காட்சியை நிறுத்திவிட்டு கூடத்தில் விரித்திருந்த பாயில் படுத்தார். காயத்ரியும் ஏதும் பேசாது ஷம்முவின் பக்கத்தில் சென்று படுத்துக்கொண்டாள். தூங்குவதற்கு முன் வழக்கமாக இருவரும் ஏதாவது பேசிக் கொண்டிருப்பார்கள். ஆனால் அன்று ஷம்முவும் காயத்ரியும் பேசிக்கொள்ளவே இல்லை. சிறிது நேரத்தில் ஷம்மு தூங்கிப் போனாள். காயத்ரிக்கு உறக்கம் வரவேயில்லை. மேற்கூரையில் சுழலும் மின்விசிறியையே பார்த்துக் கொண்டிருந்தாள். நாளை மிஸ்ஸிடம் அப்பா சொல்லிவிடுவாரோ என்ற எண்ணம் மீண்டும் மீண்டும் அவள் மனதில் தோன்றிக் கொண்டே இருந்தது. அவ்வாறு யோசிக்க யோசிக்க அவளை பயம் கவ்வத் தொடங்கியது. உடலில் மெல்ல நடுக்கமேற்பட்டதை உணர்ந்த அவளுக்கு அழ வேண்டும் போலவும் இருந்தது. ஜன்னலுக்கு அப்பாலிருந்து சில்வண்டின் ரீங்காரம் தொடர்ந்து கேட்டுக் கொண்டே இருந்தது. ஒரு கட்டத்தில் காயத்ரி பயத்துடனேயே தூங்கிப் போனாள்.

“அடிக்காதிங்க மிஸ்... அடிக்காதிங்க மிஸ்... இனிமே அப்படி வெளையாட மாட்டேன் மிஸ். சத்தியமா ஸ்கூல் ஆட்டம் ஆடமாட்டேன் மிஸ்” என்று கைகளை உதறியபடியே அலறிக்கொண்டு காயத்ரி வெளியில் எழுந்து ஓடிவந்தாள். சப்தம் கேட்டுத் திடுக்கிட்டு எழுந்த காயத்ரியின் அம்மா விளக்கைப் போட்டாள். அவள் தந்தையும் உறக்கம் களைந்து எழுந்தார். “அடிக்காதீங்க மிஸ்.. அடிக்காதீங்க மிஸ்” என பிதற்றியபடியே அழுது கொண்டிருக்கும் அவள் அருகில் சென்று தூக்கி, “சும்மா வெளையாட்டுக்கு சொன்னேன்டா. அப்பா போயி மிஸ்கிட்ட சொல்வேனா?” என்று கொஞ்சினார். அவள் அவரைப் பார்க்காது அம்மாவையே பார்த்துத் தேம்பிக் கொண்டிருந்தாள். பயத்தால் சுவாசம் சீரற்று இருந்தது. அம்மா அவளை அழைத்துக் கொண்டு சாமி அறைக்குச் சென்றாள். சாமிபடத்திற்கு எதிரில் இருந்த விபூதி மடக்கில் இருந்த விபூதியை எடுத்து காயத்ரியின் நெற்றியில் இட்டாள். பின் குடிக்க தண்ணீர் கொடுத்து தன் பக்கத்திலேயே படுக்க வைத்துக் கொண்டாள். தாயின் சேலையைத் தன் விரல்களில்

நன்றாக சுருட்டிப் பிடித்தபடியே காயத்ரியும் தூங்கிப் போனாள்.

“பால்.. பால்” எனும் பால்காரரின் குரல் கேட்டுதான் காயத்ரியின் அம்மா எழுந்து தெருக்கதவைத் திறந்தாள். நன்றாக விடிந்து விட்டிருந்தது. அவள் அப்பா எழுந்து சட்டையை அணிந்து கொண்டு செய்தித்தாள் வாங்க பேருந்து நிலையத்திற்குச் சென்றார். காயத்ரியும் ஷம்முவும் நன்றாகத் தூங்கிக் கொண்டிருந்தனர். தெருப் பெருக்கி கோலமிட்ட பின் காபி கலந்து இருவருக்கும் குடிக்கக் கொடுத்தாள். தூக்கக் கலக்கத்திலேயே இருவரும் குடித்தனர். காபி குடித்ததும் ஷம்மு தாயிடம் சொல்லிக்கொண்டே கழிவறை நோக்கி ஓடினாள். “நான் இன்னக்கி ஸ்கூல் போகல” என்று எழுந்திரிக்கும் போதே சினுங்க ஆரம்பித்தாள் காயத்ரி. “மொதல்ல எழுந்து போயி தெருவுல வெளையாடுமா. ஸ்கூல் போறத பத்தி அப்புறம் பேசிக்கலாம்” என்று அவள் அம்மா சமாதானம் செய்யவும் எழுந்து தெருவிற்கு விளையாடச் சென்றாள். அம்மா சமையல் அறையில் மும்முரமாக இருந்தாள். ஒருபுறம் குக்கர் ஒலி எழுப்பிக்கொண்டிருந்தது. சிறிது நேரத்திற்குள் ஷம்மு குளித்துவிட்டுத் துவட்டிக் கொண்டே கூடத்திற்கு வந்தாள். அம்மா தெருவிற்குச் சென்று காயத்ரியைக் குளிக்கக் கூப்பிட்டாள். “நா ஸ்கூல் போக மாட்டேன் போ” என்று கூறிக் கொண்டே குளிக்க முரண்டு பிடித்து உள்ளே வர மறுத்தாள் காயத்ரி. அம்மா எவ்வளவோ கெஞ்சி அவளைக் குளிக்க வைத்து சீருடைகளை அணிவித்து பள்ளிக்குத் தயார் படுத்தினாள். அம்மா எடுத்து வைத்த சாப்பாட்டை சாப்பிட்டு விட்டு, புத்தகப் பையைத் தூக்கிக் கொண்டு வெளியில் இருவரும் வந்தனர். அப்பா இரு சக்கர வாகனத்தை உள்ளிருந்து வெளியில் தள்ளிக்கொண்டு வந்து, “ஏறி உக்காருங்க. டைம் ஆவுது” என்று அவர்களைப் பார்த்துச் சொன்னார். ஷம்மு ஏறி அமர்ந்தாள். ஆனால் காயத்ரி ஏற மறுத்து அடம் பிடித்தாள். எவ்வளவோ சொல்லியும் அப்பாவுடன் தன்னால் போக முடியாது என்று பிடிவாதம் பிடித்தாள்.-“நா ஸ்கூலுக்குப் போறேன். ஆனா அப்பா கூட வரக்கூடாது” என்று திரும்பத் திரும்பக் கூறிக் கொண்டிருந்தாள். அவர் மெதுவாக வண்டியைச் சாய்த்து நிறுத்திவிட்டுக் காயத்ரியைப் பார்த்து “நீ அம்மாவ கூட்டிட்டு போடா செல்லம்” என்று கூறினார்.

அப்போது அவர் மனதில் முந்தின இரவு கோபத்தோடு நடந்து கொண்ட அவரின் சித்திரம் தோன்றி மறைந்தது. ஷம்முவிற்கு அப்போது அப்பாவைப் பார்க்க பாவமாய் இருந்தது. அம்மா புத்தகப்பையை எடுத்துக்கொள்ள அவள் கைவிரல்களைப் பிடித்துக்கொண்டு தன் அக்காவுடன் அன்று பள்ளிக்கு சென்றாள் காயத்ரி. காலைச் சூரிய ஒளி அவள் முகம் முழுக்கப் பட்டு எதிரொலித்துக்கொண்டிருந்தது.

அன்றிலிருந்து காயத்ரி, தன் அப்பா வீட்டில் இருக்கும்போது, மிஸ் ஆட்டம் ஆடுவதைக் கவனமாக தவிர்க்கத் தொடங்கினாள். அபிக்கும் அதன் பிறகு மிஸ் ஆவது ரொம்ப சுலபமாக இருந்தது. செந்திலும் இவர்களுடன் சேர்ந்து விளையாடுவதை முற்றாக நிறுத்திவிட்டிருந்தான்.

❖❖❖

முறுக்காத்தி

எங்கும் இருள் சூழ்ந்திருந்தது. தெருவில் போட்டிருந்த ஷாமியானாப் பந்தலில் எரிந்து கொண்டிருந்த குழல் விளக்கைச் சுற்றி நிறைய சிறு பூச்சிகள் பறந்து கொண்டிருந்தன. ஈசானத் திக்கில் மேகம் திரண்டிருந்தது. தெருத் திண்ணையில் உட்கார்ந்து கொண்டிருந்த சித்தாத்தூர் பண்டாரம், சேங்கிட்டியை எடுத்து அடித்தான். அதிலிருந்து பீறிட்டெழுந்த ஒலி சாவு வீட்டின் துக்கத்தை மேலும் கூட்டிக் காட்டியது. சேங்கிட்டியைக் கீழே வைத்துவிட்டு சங்கை எடுத்து வாயில் வைத்து ஊதினான். தொடர்ந்து அதிகரித்துக் கொண்டிருந்த சங்கொலி வீடு முழுக்கப்பட்டு எதிரொலித்தது. அந்த சங்கொலி அனைவர் மனதிலும் ஒருவித பயத்தை ஏற்படுத்தியது. தெருவிலும் திண்ணையிலும் சிலர் அமர்ந்திருந்தனர். நாட்டாக்காரர் வீட்டோரம் ஆறுமுகமும் அவரது மாமனாரும் அமர்ந்து ஏதோ பேசிக் கொண்டிருந்தனர். காளி அனைவருக்கும் தேனீர் கொடுத்துக் கொண்டிருந்தான். பண்டாரம் சங்கு ஊதுவதை நிறுத்திவிட்டு தேவாரம் பாட ஆரம்பித்தான்.

கூடத்தில் கிழக்கு பார்த்தவாறு ஐந்து முழு வாழை இலைகள் போடப்பட்டிருந்தன. நடப்பிற்கு வந்திருந்த உறவினர்கள் கொண்டுவந்திருந்த இனிப்பு கார பலகாரங் களை இலைகளில் எடுத்து வைத்தனர். "நேரம் ஆவுதில்ல சட்டுபுட்டுனு படைக்கர வேலய பாருங்க" என்று துணுராமுட்டு பாட்டி கூறினாள். அதற்குக் காவேரி பெரியம்மா, "போயி மொதல்ல பார்வதியைக் கூட்டிட்டு வாங்க" என்றாள். சென்னகுனத்திலிருந்து வந்த கலா அக்கா போய் பார்வதியை அழைத்து வந்தாள். அழுது அழுது கண்கள் வீங்கியிருந்தன. கை நிறைய கண்ணாடி வளையலும் தலை நிறைய பூவும் வைத்திருந்தார்கள்.

குங்குமம் கொண்டு நெற்றியில் பெரிய பொட்டு வைத் திருந்தனர். அவளைப் பார்ப்பதற்கு நாடகங்களில் வரும் அம்மனைப் பார்ப்பதைப் போல இருந்தது. தெரு நடையில் ஒப்பாரி வைத்து அழும் பெண்களையும் தெருவில் அமர்ந்திருப்பவர்களையும் காவேரி பெரியம்மா சென்று படைக்க அழைத்தாள். படையல்களுக்கு முன்புறம் மூன்று இடங்களில் கற்பூரத்தை வைத்து காவேரி பெரியம்மா கொளுத்தினாள். அவளுக்கு அருகில் நின்றுகொண்டிருந்த கொளாப்பர் வீட்டு மாமா, "சொந்தக்காரங்களாம் வந்து விழுந்து கும்புடுங்க" என்று சொன்னார். முருகனின் புகைப்படத்தருகே அமர்ந்து அழுது கொண்டிருந்த பார்வதியை காவேரி பெரியம்மா, "முருகன் எங்கயும் போயிடலடி அவன் சாமியா மாரி நம்மோட தான் இருக்கிறான். வா வந்து உழுந்து கும்புடு" என்றாள். வேறு சிலரும் அவளைப் பார்த்து, "அதயே நெனச்சிக்குனு இருந்தா எப்புடிமா? உம் புள்ளைகளுக்கு நீதான ஆறுதல் சொல்லனும். வா வந்து உழுந்து கும்புடு" என்றனர். அவள் எழுந்து வந்து விழுந்து வணங்கும் போது அவளையும் மீறி அழுகை வந்தது. உடைந்து அழுதாள். அருகிலிருந்தவர்களும் ஆத்திரம் தாளாமல் அழுதனர். படையல் அனைத்தையும் ஒன்றாக்கி ஒரு சருவத்தில் போட்டு அகிலாண்டம் பெரியம்மா அங்கிருந்த அனைவருக்கும் ஒரு பிடி அள்ளிக் கொடுத்தாள். சிலர் வேண்டாமென மறுத்தனர். தெருவில் சேங்கிட்டி சத்தம் கேட்டுக் கொண்டே இருந்தது.

மதுரை அருகே, சிலைமானில் ஒரு தனியார் பஞ்சு மில்லில் மேற்பார்வையாளராக இருக்கும் முருகன் பணி முடிந்து, ராமேஸ்வரம் பரமக்குடி தேசிய நெடுஞ்சாலையைக் கடக்கும்போது மணல் லாரியில் அடிப்பட்டு அங்கேயே உயிர்பிரிந்த சமயம் லேசாகத் தூறத் தொடங்கி இருந்தது. தகவல் பரவிய சிறிது நேரத்திற்குள் கூட்டம் கூடிவிட்டது. விபத்து நடந்த இடத்திற்கு அருகே இருந்த தேனீர் கடைக்காரர் மில்லுக்குத் தகவல் தெரிவிக்க, மில் மேனேஜர் மதுரை எஸ்.எஸ்.காலனியில் இருக்கும் முருகனின் மாமா ஆறுமுகத்திற்கு தகவல் தெரிவித்தார். தகவலைக் கேட்டவுடன் முருகனின் மாமாவிற்கு உடல் நடுங்கத் தொடங்கியது. நண்பர்களைத் தவிர வேறு யாருக்கும் தகவல் தெரிவிக்காமல் அவர் தனது இரு

சக்கர வாகனத்தை எடுத்துக்கொண்டு சிலைமான் நோக்கிப் புறப்பட்டார்.

சிலைமான் காவல் நிலையத்திலிருந்து உதவி ஆய்வாளர் மற்றும் சில காவலர்கள் வந்துவிட்டிருந்தனர். முருகனின் முகத்தைத் தவிர, உடலின் மற்ற பகுதிகள் சக்கரத்தில் சிக்கி மிகவும் நைந்திருந்தன. ஆறுமுகம் அங்கு வரவும் பக்கத்து ஊர்களில் பணி புரியும் அவரது நண்பர்கள் அங்கு வரவும் சரியாக இருந்தது. லாரியின் அடியில் சிக்கி நிலைகுத்தி இருக்கும் முருகனின் விழிகளைப் பார்த்தவுடன் "டேய் முருகா" எனக் கூறி அவர் வெடித்து அழுதார். போலிஸார் சாலைப் போக்குவரத்தை சரி செய்து கொண்டிருந்தனர். சிலர் பிரேதத்தை அப்புறப்படுத்தி ஆம்புலன்சில் ஏற்ற முயன்று கொண்டிருந்தனர். அதைப் பார்க்கப் பார்க்க அவருக்கு குமட்டிக் கொண்டு வந்தது. நண்பர்கள் அவரை கைத்தாங்கலாக அழைத்து வந்து டீக்கடை பெஞ்சில் அமர வைத்தனர். அவரைச் சுற்றியும் கூட்டம் கூடத்தொடங்கியது. சிறிது நேரம் முருகன் சடலத்தையே வெறித்துப் பார்த்துக் கொண்டிருந்தார். பின் நண்பர்களில் இருவரை அழைத்து தன் குடும்பத்தையும் முருகனின் குடும்பத்தையும் 'ஊரில் சிவகாமி பாட்டி இறந்துவிட்டார்' என்று சொல்லி கண்டாச்சிபுரத்திற்கு அழைத்துச் செல்லக் கூறிவிட்டுக் கொஞ்சம் பணத்தை எடுத்துக் கொடுத்தார். இந்தத் தகவலை அவர்களிடம் ஊருக்குப் போகும் வரை தெரிவிக்க வேண்டாம் என்றும் சொன்னார். பிரேதத்தை ஏற்றிக்கொண்டு ஆம்புலன்ஸ் மதுரை நோக்கிச் சென்றதும் கூட்டம் மெல்ல கலையத்தொடங்கியது. ஊருக்குத் தகவலை சொல்ல நினைத்து தனது மாமனாரைத் தொடர்பு கொண்டான். எதிர் முனையில் தொடர்பு கிடைத்ததும், "மாமா முருகன் ஆக்ஸிடண்ட்ல செத்துட்டான்" எனக்கூறி கதறிக் கதறி அழுதார். எதிர் முனையில் ஏற்பட்ட ஓலம் மேலும் இவரை நிலைகுலையச் செய்தது. கட்டுக் கடங்காமல் இவர் அழுவதைப் பார்த்த நண்பர் ஒருவர் கைபேசியை வாங்கி தகவலைச் சொன்னார். "உங்கள் மகளும் மருமகளும் மதுரையில் இருந்து புறப்பட்டு விட்டனர் இன்னும் அவர்களுக்கு தகவல் சொல்லவில்லை. அங்கு வந்த பின் சொல்லிக்கலாம்" என்று கூறி தொலைபேசியை அணைத்தான்.

கண்டாச்சிபுரத்திலிருந்து அடிக்கடி காளிதான் இவரைத் தொடர்பு கொண்டிருந்தான். அவனது பேச்சு இவருக்குக் கொஞ்சம் ஆறுதலாக இருந்தது. நண்பர்கள் சிலர் அவரோடு உடன் இருந்தனர். ஐதராபாத்தில் ஒரு ஏற்றுமதி நிறுவனத்தில் வேலை செய்து கொண்டிருந்தவனை தான் தான் வலுக்கட்டாயமாக மதுரைக்கு அழைத்து வந்து சாகடித்து விட்டோம் என்று நினைத்தபோது அவருக்கு மீண்டும் அழுகை பீறிட்டது. "என்னடா ஆறா?" என்றனர் நண்பர்கள். "அவனை நான் தான்டா மதுரைக்கு கூட்டிவந்து சாகடிச்சிட்டேன்" என்று கூறி மீண்டும் கதறி அழுதார். அவரை தேற்றுவதற்கு வழி தெரியாமல் அவர் நண்பர்கள் விழித்தனர்.

யார் யாரையோ தொடர்பு கொண்டு பிரேத பரிசோதனையை துரிதப்படுத்த சிபாரிசு செய்யும்படி வேண்டினார். மருத்துவமனை நிர்வாகம் எதற்கும் அசைந்து கொடுக்காமல் தன்போக்கில் நத்தையைப் போன்று ஊர்ந்து கொண்டிருந்தது. மறுநாள் மதியம் 12 மணி அளவில், பிரேத பரிசோதனை செய்யப்பட்ட உடல் அவரிடம் தரப்பட்டது. கூடவே பாலித்தின் கவரில் வைத்து முருகன் வைத்திருந்த கொஞ்சம் பணம், அவன் அணிந்திருந்த நெலிந்த ஒரு மோதிரம் மற்றும் அணைத்து வைக்கப்பட்டிருந்த அவனுடைய கைபேசி ஆகியவற்றைக் காவலர் ஒருவர் கொடுத்தார். ஆறுமுகம் மதுரையை விட்டுக் கிளம்பும் போது மணி ஒன்றாகி விட்டிருந்தது. எப்போதும் மழை வரக்கூடும் என்பது போல வானம் மேக மூட்டமாகவே இருந்தது. துவரங்குறிச்சியைத் தாண்டியபோது வாகன ஓட்டுனர் தேனீர் அருந்த இறங்கிச் சென்றார். இவர் பாலித்தின் கவரில் இருந்த கைபேசியை எடுத்துப் பார்த்தார். அதை ஆன் செய்தார். ஆறு பேர் முருகனை அழைத்திருந்தனர். அழைப்புகள் ஒவ்வொன்றாகப் பார்த்தார். பின் குறுஞ்செய்திகளைப் பார்த்தார். நான்கு குறுஞ்செய்திகள் வந்திருந்தன. ஒவ்வொன்றாகப் பார்த்துக் கொண்டே வந்தார். தமிழ் வார்த்தைகள் அப்படியே ஆங்கிலத்தில் ஒலிபெயர்ப்பு செய்யப்பட்டிருந்ததால் குறுஞ்செய்திகளை அவரால் சுலபத்தில் படிக்க முடியவில்லை. மெல்ல எழுத்துக்கூட்டி வாசிக்க ஆரம்பித்தார்.

குறுஞ்செய்தி - 1

செல்லமே நீ எனக்கு தினமும் வேண்டுமடா. ஒவ்வொரு நாளும் நீ வருவாய் என்ற எதிர்பார்ப்பில் தெருவைப் பார்த்தபடி நின்று கொண்டிருக்கிறேன். உண்மையில் என் தெரு வளர்ந்து நீண்டுகொண்டே இருப்பதாகத் தோன்றுகிறது எனக்கு. காமத்தை உணரக் கற்றுக் கொடுத்தவனுக்கு என் முத்தங்கள்.
கவிதா.

குறுஞ்செய்தி - 2

நாளை அவர் வியாபார நிமித்தமாக வெளியூர் செல்லுகிறார். எனக்காக நாளை வரமுடியுமா? நீ தீண்டத் துடிக்கிறது என் தேகம். உன் ஒப்புதலை உன் பிரியத்தின் மொழியால் உடனே சொல் செல்லமே.
உன் அன்பு சாந்தி.

குறுஞ்செய்தி - 3

யாருக்கோ அனுப்ப வேண்டிய குறுஞ்செய்தியை எனக்கு அனுப்பி இருக்கிறாய்? யார் அந்த சாந்தி? எனக்குக் குழப்பமாக உள்ளது. என்னைக் குழப்பத்தில் இருந்து விடுவி செல்லமே.
கவிதா.

குறுஞ்செய்தி - 4

இன்று மாலை நான்கு மணிக்குமேல் தான் புறப்படுகிறார். மில்லில் இருந்து முன்னமே கிளம்பி அதற்கேற்றார் போல் வாடா செல்லம். I miss u da. நாளை நேராக வீட்டிற்கு வந்துவிடாதே. நான் அழைத்த பிறகு வா.
உன் அன்பு சாந்தி.

குறுஞ்செய்திகளை வாசிக்க வாசிக்க அவருக்கு தலை சுற்றியது. மனம் கனக்கச் செய்தது. நாக்கு வறண்டது போல இருந்ததால் தண்ணீர் பாட்டிலை எடுத்துக் கொஞ்சம் பருகினார். மீண்டும் அவர் மனத்திரையில் சக்கரத்தில் சிக்கியிருந்த முருகனின் கண்கள் தோன்றி மறைந்தன. கைபேசியில் இருந்த அழைப்புகளையும் குறுஞ்செய்திகளையும் ஒன்று விடாமல் அழித்து அதை பாலித்தின் கவரிலேயே போட்டு

வைத்தார். ஓட்டுனர் வந்து வாகனத்தை இயக்கிப் புறப்படும் போது இவரிடம் கேட்டார்: “சார் ஏதாச்சும் கொஞ்சமாவது சாப்பிடுங்க. எவ்ளோ நேரம்தான் இப்படியே இருப்பீங்க?” அவர் கைகளை ஆட்டி வேண்டாம் எனக் கூறி போகச் சொன்னார்.

“படைக்க கூப்பிடுறாங்க எந்திரிங்க” என்று மனைவி அவரைச் சீண்டிக் கூப்பிட்டதும்,சற்று கண் அயர்ந்தவர் தூக்கம் கலைந்து கண்களைக் கசக்கிக் கொண்டு நினைவுகளில் இருந்து மீண்டு வீட்டிற்குள் சென்றார். பண்டாரம் சேங்கிட்டியை வேகமாக அடித்துக்கொண்டிருந்தான். முருகனின் மூன்று வயது மகள் பண்டாரத்தின் அருகில் இருந்த சங்கையே பார்த்துக்கொண்டிருந்தாள். கை நிறைய வளையல்களோடும், நெற்றி நிறைய குங்குமமும் வைத்துக்கொண்டு பார்வதி தூணில் சாய்ந்து அமர்ந்திருந்தாள். அவள் பார்வை சுவற்றை வெறித்தப்படி இருந்தது. காவேரி பெரியம்மா மீண்டும் சூடம் ஏற்றச் சொன்னாள். மறுபடியும் எல்லோரும் கீழே விழுந்து வணங்கினர்.

இரவு மணி மூன்றாகக் கொஞ்ச நேரமே இருந்தது. யாரும் தூங்கக்கூடாது என்று மணி அத்தை கூறியதால், நடப்பிற்கு வந்தவர்கள் ஆங்காங்கே அமர்ந்து பேசிக் கொண்டிருந்தனர். “பால் சொம்ப எங்க காணோம்?” என்று காவேரி பெரியம்மா கேட்டாள். “தே இருக்குது அண்ணி” என்று சொல்லிக்கொண்டே தெருவில் அமர்ந்திருந்த காளி எழுந்து வந்து எடுத்துக் கொடுத்தான். தூணில் சாய்ந்து அமர்ந்திருந்த பார்வதியை அவனால் அந்தக் கோலத்தில் பார்க்க முடியவில்லை. “உன்ன வெறும் நெற்றியோடும் கூந்தலில் பூ இல்லாமலும் எப்படித்தான் பார்க்கப் போகிறேனோ” என்று அவளுக்கு தான் அனுப்பிய குறுஞ்செய்தியைப் பார்த்திருப்பாளா என்று தன்னைத் தானே கேட்டுக் கொண்டான். வேறு யாராவது பார்த்திருப்பார்களோ என்றும் நினைத்துக் கலவரப்பட்டது அவனது மனம். “இன்னும் கொஞ்சம் பால ஊத்த சொல்லுடி, தாலியை கழட்டி அதுலதான போடனும்” என்று காவேரி பெரியம்மா கூறினாள். தாலி சரடு என்றதும் ஐந்தாண்டுகளுக்கு முன்பு காளியுடனான முதல் புணர்ச்சியின் சித்திரம் மிகத் துல்லியமாக பார்வதியின் மனத்திரையில் விரியத்தொடங்கியது. இச்சூழலில் அவன் குறித்த எண்ணத்தைத் தவிர்க்க அவள் பெரிதும்

சிரமப்பட்டாள். ஆனால் அவளால் நினைக்காமலும் இருக்க முடியவில்லை. முருகனின் புகைப்படத்திற்கு அருகில் ஏற்றி வைக்கப்பட்டிருந்த ஊதுபத்தியின் வாசனை அவளுடைய ஞாபக அடுக்குகளை மெல்லக் கலைத்துப் போட்டது.

திருமணம் முடிந்து அவள் கண்டாச்சிபுரம் வந்தபோது கல்லூரி படிப்பு முடித்துவிட்டு, ஒரு தனியார் மருந்து கம்பெனியில் விற்பனைப் பிரதிநிதியாக இருந்தான் காளி. எந்நேரமும் புன்னகை கொப்பளித்துக் கொண்டிருக்கும் முகம். யாராக இருந்தாலும் கூச்சமின்றிப் பேசிவிடும் துணிச்சல். இந்த ஊருக்கு வந்த அன்றே, பல நாள் பழகியதைப் போன்று இவளிடம் பேசினான். படிக்க தினசரிகளும், கதைப்புத்தகங்களும் கொடுத்து புதிய இடம், புதிய மனிதர்கள் என்பதை அவள் உணராத மாதிரி பார்த்துக்கொண்டான். திருமணம் முடிந்த பத்தாம் நாள் ஜவுளித் தொழில் நுட்பத்தில் புதிய பயிற்சிக்காக முருகன் ஆறு மாதம் நொய்டாவிற்கு அனுப்பப்பட்டான். ஊரில் தங்கி இருந்த அடுத்த ஆறு மாதங்களில் காளியை அவளுக்கு ரொம்பவும் பிடித்துப் போனது. முருகன் நொய்டாவுக்கு சென்ற பின் அவளுக்கு ஏற்பட்ட தனிமையைத் தன் குறும்பும் சிரிப்பும் கொப்பளிக்கும் உரையாடல்கள் மூலம் காளிதான் இட்டு நிரப்பினான்.

பயிற்சி முடிந்து திரும்பிய முருகனை மதுரையில் குடும்பம் வைக்கச் சென்றபோது காளியும் உடன் சென்றான். ஒரு வாரம் கழித்தே ஊருக்குத் திரும்பினான். மூன்றாம் நாள் அவர்களை மீனாட்சி அம்மன் கோயிலுக்கு அழைத்துக் கொண்டு போனார் ஆறுமுகம். முருகனுக்குப் பக்கத்திலேயே வந்தாலும் காளியின் மீது பார்வையை ஓடவிட்டபடியே இருந்தாள் பார்வதி. இவனுக்கும் அவளை அடிக்கடி பார்ப்பதில் ஒரு சந்தோஷம் இருக்கவே செய்தது. அவளுக்கும் அது சந்தோஷமாகத்தான் இருந்திருக்க வேண்டும் எனத் தோன்றியது. அதற்கடுத்த நாட்களில் அவர்கள் வைகை அணை, திருப்பரங் குன்றம் ஆகிய இடங்களுக்குச் சென்றனர். முருகனை விட காளியிடம்தான் அவள் அதிகமாகப் பேசினாள். முருகனுக்கோ ஆறுமுகத்துக்கோ அவர்களின் நடவடிக்கை மீது எந்த சந்தேகமும் எழவில்லை. மறுநாள் அங்கிருந்து காளி புறப்பட்ட போது அவளது விழிகளில் வெளியில் சொல்லிக் கொள்ள முடியாத துக்கம் அப்பிக் கிடந்ததை அவனால்

உணர முடிந்தது. அப்போதிருந்தே அன்பின் கொடி அவர்கள் இருவரையும் சுற்றிப் படர ஆரம்பித்திருந்தது.

அவர்களுக்கு இடையிலான தூரத்தை கைபேசி இல்லாமல் ஆக்கியது. அவர்களின் நட்பு தொடர் விசாரிப்புகள் மூலம் தொடர்ந்து தனது கிளைகளைப் பரப்பியபடியே இருந்தது. தொலைபேசி உரையாடல் வழி இருவரும் ஒருவரையொருவர் ஆழமாக நேசிக்க ஆரம்பித்திருந்தனர். குறுஞ்செய்திகள் மூலம் அவர்களது நேசம் காதலாக மாறியது. எப்போதிருந்து என்று அவர்களுக்கே தெரியாமல் மெல்ல அவர்களுக்குள் இந்த மாற்றம் நிகழ்ந்து முடிந்திருந்தது.

எப்போதாவது அவள் ஊருக்கு வரும்போது, விழுப்புரத்திற்கு வந்து அவளை அழைத்துச் செல்லும்படி முருகன் இவனுக்குத் தொலைபேசி மூலம் தகவல் தெரிவிப்பான். இவன் விழுப்புரம் சென்று அவள் கொண்டுவந்த உடமைகளை எடுத்துக்கொண்டு அவளையும் அழைத்து வருவான். இதுபோன்ற சந்தர்ப்பங்கள் அவர்களிடையே இருந்த இடைவெளியை மெல்ல குறைக்கச் செய்தது. மிகவும் எச்சரிக்கையாகவும் கவனமாகவும் அவர்கள் பேசிக்கொள்ள ஆரம்பித்த போது, அவனுள் காமத்தின் நாக்கு துடிக்கத் தொடங்கியது. அவளாலும் அவனது உணர்வுகளைப் புரிந்து கொள்ள முடிந்தது. இருந்தாலும் அவளுக்கு ஒருவித பயம் இருந்தது. யாருக்காவது தெரிந்தால் என்ன நடக்கும் என்ற காட்சி அவளது மனத்திரையில் விரிவுகொண்டது. அதனால் அவள் அதை வெளிக்காட்டிக் கொள்ளாமல் இருந்தாள். தன்னுடைய இந்த அவஸ்தையை அவள் உணர்கிறாளா இல்லையா என்று அவனுக்குக் குழப்பமாக இருந்தது.

அந்த வருடப் பொங்கலுக்கு ஊருக்கு முருகனோடு வந்தாள். அவள் ஊருக்கு வருவதற்குள்ளாகவே தன் குறுஞ்செய்திகள் மூலம் அவளைத் திக்கு முக்காடச் செய்தான் காளி. மற்றவர்களைப் போல அவளுக்கோ காளிக்கோ பண்டிகைக் கொண்டாட்டம் உவப்பாக இல்லை. பொழுது நீண்டு கொண்டே செல்வதாகப் பட்டது காளிக்கு. "செல்லமே தொடர்ந்து அலை கழிக்காதே. காத்திருப்பின் வலி உனக்கும் புரியும் தானே? பிறகேன் என்னை அமைதியால் கொல்கிறாய்? உன்னை எனக்குக் கொடுக்க விரும்பினால் இம்முறை கொடுத்துவிட்டுச் செல். இல்லை எனில் நீயும் நானும் நிரந்தரமாகப் பிரிவோம். இந்த முடிவில்

எதைத் தேர்ந்தெடுத்தாலும் நான் கட்டுப்படுகிறேன்” என்று ஒரு குறுஞ்செய்தியை அனுப்பினான். அந்தக் குறுஞ்செய்தி அவளுக்குக் கலவரத்தை ஏற்படுத்தியது. நிரந்தரமாகப் பிரிவோம் என்றால் என்ன அர்த்தம் என்று அவள் தனக்குள்ளாகவே கேட்டுக்கொண்டாள். மனம் படபடப்புடனேயே இருந்தது. எந்த வேலையிலும் ஈடுபாட்டுடன் அவளால் ஒன்ற முடியவில்லை. மற்றவர்களுடன் பேசவும் அவளுக்கு சங்கடமாக இருந்தது. ஒருவித சங்கடத்துடனேயே அவனுக்கு அவள் “இம்முறை நிச்சயம் தருகிறேன். நான் கொண்டுள்ள அன்பை தயவு செய்து சந்தேகிக்காதே. உன்னைப் போல நான் தனியானவளாக இருந்தால் என்றோ என்னை உனக்கு அர்ப்பணித்திருப்பேன் செல்லமே. புரிந்து கொள். சரியான தருணத்தில் நிச்சயம் உன்னை அழைப்பேன். தயவு செய்து பிரிவு பற்றி மறுபடி பேசாதே” என்று குறுஞ்செய்தி அனுப்பினாள். அவளின் குறுஞ்செய்தி அவனுள் மேலும் கிளர்ச்சியை ஏற்படுத்தியது. அக் குறுஞ்செய்தியை மீண்டும் மீண்டும் வாசித்துக் கொண்டே இருந்தான்.

அன்று இரவு அனைவரும் உறங்கி விட்டிருந்தனர். காளி கைபேசியை வழக்கம் போல பார்த்துக் கொண்டிருந்தான். அவனுக்கு இருப்பு கொள்ளவில்லை. அவளிடம் இருந்து அழைப்பு வந்து துண்டிக்கப்பட்டபோது அவனுள் ஒருவித பதற்றம் தொற்றிக்கொண்டது. இவன் “எங்க இருக்க செல்லமே” என்று குறுஞ்செய்தி அனுப்பினான். “வீட்டில் தான் இருக்கிறேன். நீ எங்க இருக்கே? என் அன்பை நிரூபிக்க நான் எங்க வரட்டும் செல்லமே?” என அவள் அனுப்பி இருந்தாள். அச்செய்தியைப் படித்தவுடன் பட படப்பாக இருந்தது அவனுக்கு. அந்தரத்தில் பறப்பது போலவும் உணர்ந்தான். இவனது மனத்திரையில் தோதான இடம் எதுவாக இருக்கும் எனும் சித்திரம் மெல்ல விரிவடைந்தது. ஒவ்வொரு இடமாக யோசித்து யோசித்து நிராகரித்தபடி வந்தவன் அவள் வீட்டிற்குப் பின்புறம் உள்ள “தொட்டி கழனிக்கு வா” என்று செய்தி அனுப்பினான்.

தொட்டி கழனிக்குச் செல்லும் பாதை நிலவொளியில் மங்கலாகத் தெரிந்தது. இவன் அவள் வீட்டைப் பார்த்தபடியே, தெருவில் இருந்து இறங்கி, தொட்டி கழனிக்கு செல்லும் ஒற்றை அடி பாதையில் ஏறி வடக்கு நோக்கி நடந்தான். அவள் வருகிறாளா என்று அடிக்கடி திரும்பிப் பார்த்தபடி

நடந்து தொட்டி கழனியின் மோட்டார் கொட்டகையை அடைந்தபோதுதான், அவள் தொட்டி கழனி ஒற்றை அடிப் பாதையில் ஏறிக் கொண்டிருந்தாள். தவளைகள் தொடர்ந்து கத்திக் கொண்டிருந்தன. இந்நேரத்திற்கு இங்கு யாரும் வந்து விடக் கூடாது என்று அவன் பல சாமிகளை வேண்டிக் கொண்டான். இருந்தும் அவனுள் பதற்றம் கூடிக் கொண்டே இருந்தது. ஆனால் இனம்புரியாத ஒரு சந்தோஷத்தையும் அவன் அனுபவித்துக் கொண்டிருந்தான்.

மோட்டார் கொட்டகையின் கீழ் அருகம்புல் தம தமவென்று வளர்ந்திருந்தது. அதன் மீது இருவரும் அமர்ந்த போது நிலவு அவர்களுக்குக் கிழக்கு திசையிலிருந்து மெல்ல நகர்ந்து கொண்டிருந்தது. சிறிது நேர மௌனத்திற்குப் பின் “ஏன் காளி இப்படி ஆன” என்று கேட்டாள். அவன் எதுவும் பேசாமல் அமர்ந்திருந்தான். மூச்சுக் காற்றில் உஷ்ணம் கூடியிருந்ததை இருவரும் உணர்ந்தனர். “பதில் சொல்ல மாட்டீயா?” என்று அவளே மறுபடியும் கேட்டாள். “எனக்கு நீ வேணும்”, என்று மட்டும் சொல்லிவிட்டு நிமிர்ந்து வானத்தைப் பார்த்தான். நேரம் கடந்து கொண்டிருந்தது. தெருவிளக்கின் கீழ் படுத்திருந்த நாயின் குரைப்பொலி கேட்டு அடங்கிய போது அவள், “நான் தான வேணும், எடுத்துக்க காளி” என்று கூறி அவனது தலையை வருடிக் கொடுத்தாள். தவளைச் சத்தம் தொடர்ந்து கேட்டுக்கொண்டிருந்தது. அவர்களின் நிர்வாணத்தின் மீது நிலவொளி மெல்ல ஊர்ந்து சென்றது. கிறக்கத்தின் உச்சத்தில் இருந்த போது அவன் உனக்கு “நா தாலி கட்டி எங்கூட வச்சிக்கிடட்டா?” என்று கேட்டான். அவள் அவனை ஊடுருவிப் பார்த்தாள். “லூசா நீ” என்று அவனது காதோரம் சிணுங்கலாகக் கூறினாள். மீண்டும் அவன் “என்னை மாமான்னு ஒரு தடவை கூப்பிடு” என்று கூறியபடியே வேகத்தோடு இயங்க, அவள் தாலி சரடு இவன் கழுத்தில் எப்படியோ மாட்டிக் கொண்டது. “ஐ இது கூட நல்லாதான் இருக்கு” என்று சொல்லி அந்நேரத்திலும் அவளை சீண்டினான். மறுபடியும் தெரு நாயின் குரைப்பொலி கேட்டபோது அவள் எழுந்து, “இப்ப திருப்தி தான காளி” என்று கேட்டாள். அவன் புன்சிரிப்பைப் பதிலாகத் தந்தான். ஆடைகளை உடுத்திக் கொண்டு ஒருவர் பின் ஒருவராக சற்று இடைவெளி விட்டு நடந்து சென்றனர். “டேய் சேகரு, கொழுந்தன் சேலை எடுத்துகினு வந்துட்டீயா?”

என்று காவேரி பெரியம்மா கேட்ட போது நினைவு அறுபட்டவளாக பார்வதி மெல்ல இயல்பு நிலைக்கு வந்தாள். ஆனாலும் அவளது உடம்பு மெல்ல நடுங்கிக் கொண்டிருந்தது.

தாலி வாங்கும் சடங்குகள் மெல்ல நிகழ ஆரம்பித்தன. காவேரி பெரியம்மாவே முன்நின்று அனைத்தையும் செய்தாள். பால் சொம்பைக் கேட்டுப் பக்கத்தில் வைத்துக்கொண்டாள். மீண்டும் பார்வதியுடன் சேர்ந்து கைகளைக் கோர்த்துக் கொண்டு வட்டமாக அமர்ந்து அனைவரும் அழத் தொடங்கினர். தாலி வாங்குவதற்கான நேரம் நெருங்கிக்கொண்டிருந்த போது பண்டாரம் எழுந்து சென்று அக்கம் பக்கத்து வீடுகளின் கதைவைத் தட்டி, பெண்களை அழைத்து வந்தான். சுமங்கலிகள் வந்து கூடத்தில் அமர்ந்தனர். மெல்ல அவளின் கூந்தலில் இருந்த பூவை எடுத்தனர். பின் கையில் அணிந்திருந்த வளையல்களை உடைத்தனர். எந்த உணர்ச்சியையும் வெளிக்காட்டாமல் அவள் முகம் இறுகிக் காணப்பட்டது. அவள் அனைத்தையும் வெறித்துப் பார்த்துக் கொண்டிருந்தாள். பிறகு அவளது மாங்கல்யத்தைக் கழற்றி அருகில் இருந்த பால் சொம்பில் போட்டனர். அவளுடைய சின்ன அண்ணி மட்டும் அதைப் பார்க்கச் சகிக்காமல் விசும்பிக் கொண்டிருந்தாள். அதைப் பார்த்து இவளுக்கும் கண்களில் நீர் திரண்டது. பின் அவளுக்குத் தலைக்கு ஊற்ற அழைத்துச் சென்றனர்.

தலைகுளித்து வந்தபின் பிறந்த வீட்டிலிருந்து ஒவ்வொருவராக வந்து அவளுக்கு சேலை போட்டனர். அதில் ஒன்றை அணிந்து கொண்டு வினாயகர் கோயிலுக்குச் செல்லும் போது காளிதான் பெட்ரோமாக்ஸ் விளக்கை எடுத்துக் கொண்டு முன்னாள் சென்றான். கோயிலிலும் அவனே படைத்தான். குறைந்த வெளிச்சத்தில் அவளைப் பார்க்க விகாரமாக இருந்தது. “அவனுக்கு விதி முடிஞ்சுபோச்சி. அல்ப ஆயுசுல போய்ட்டான். அதுக்கு இவள ஏன் இப்படி அலங்கோல மாக்கணும்” என்று தனக்குள்ளேயே முனகிக் கொண்டான். பின் வீட்டிற்குத் திரும்பியதும் வெளியே வைக்கப்பட்டிருந்த நெருப்பையும் உலக்கையையும் ஒன்றன் பின் ஒன்றாகத் தாண்டினாள். பிறகு புது வீட்டிலிருந்து பிடித்து வரப்பட்ட பசுமாட்டை கழுவிப் பொட்டிட்டு கற்பூரம் கொளுத்தி, அரிசியும் வாழைப் பழமும் கொடுத்துவிட்டு நிமிர்ந்து நின்றவளைப் பார்த்து காவேரி பெரியம்மா மாட்டு வாலை மெல்லக் கடிக்கச் சொன்னாள்.

அவளும் அவ்வாறே செய்துவிட்டு வீட்டிற்குள் நுழைத்தாள். வீட்டோரம் கன்றுக்குட்டியை பிடித்தபடி நின்றிருந்த காளி, “இந்த சடங்கெல்லாம் இன்னா மயித்துக்கு செய்றாங்களோ?” என்று பக்கத்தில் நின்றிருந்த ராசமாணிக்கம் பெரியப்பாவிடம் கேட்டான். “போடா மரமண்டை, உனக்கு மசுரு தெரியும்” என்று அவனை அதட்டினார். பண்டாரம், சேங்கிட்டியையும் சங்கையும் ஒரு பையில் போட்டு தோளில் மாட்டிக் கொண்டு புறப்பட்டான். தெருவில் போடப்பட்டிருந்த சேர்களில் உறவினர்கள் அமர்ந்து, பேசிக் கொண்டிருந்தனர். கசப்புத் தலை முழுகி, திருவண்ணாமலை கோயிலுக்குச் சென்று வந்த அன்று உறவினர்கள் அனைவரும் தங்களின் ஊர்களுக்குப் புறப்பட்டனர்.

முருகனின் மரணத்திலிருந்து விடுபட்டு இயல்பு நிலைக்குத் திரும்ப அவளுக்கு ஆறேழு மாதங்களுக்கு மேல் ஆனது. அதன் பிறகான ஒரு பௌர்ணமி இரவில் காளியை தன் வீட்டுத் தோட்டத்து புளிய மரத்திற்கு வரச் சொல்லி குறுஞ்செய்தி அனுப்பினாள் பார்வதி. எதற்கு வரச் சொல்கிறாள் என்ற சந்தேகத்துடனேயே சிறிது நேரத்தில் காளியும் வந்து சேர்ந்தான். அவனுக்கு அவளின் நெருக்கமும் தேவையாகவே இருந்தது. இந்நிலையில் எப்படி அவளிடம் கேட்பது என்று அமைதியாக இருநது விட்டான். அவளே கூப்பிடவும் இவனுள் மீண்டும் காமத்தின் மொட்டு அவிழத் தொடங்கியது. நிலவொளி புளிய மரத்தின் கிளைகள் ஊடாகப் பாய்ந்து தரையில் பட்டு சிதறிக்கொண்டிருந்தது. இருளில் மறைவாக நின்று கொண்டு காளியிடம் பேசினாள். காளியும் தோதாக நின்று கொண்டான். அவனைப் பார்த்து “காளி உன்கிட்ட கொஞ்சம் பேசலாமா?” என்றாள். அவன் சரி என்பது போல தலை அசைத்தான். “ஓடி ஓடி இத்தன நாளா நீ செஞ்ச வேலைக்கு நா எப்படி கைமாறு செய்ய போறன்னு தெரியல காளி” என்றாள் அவள். துடித்துக் கொண்டிருக்கும் காமத்தைக் கட்டுப்படுத்திக் கொண்டு, “இப்ப எதுக்கு அதப்பத்தி பேசுற. பொறுமையா பேசிக்கலாம்” என்று கூறினான். மறுபடியும் அவள் காளியிடம் கேட்டாள்: “நா ஒன்னு கேட்டா தப்பா நெனச்சிக்க மாட்டியே?”. “பரவாயில்ல கேளு” என்றான் இவன். என்ன கேட்கப் போகிறாள் என்ற எதிர்பார்ப்பு அவனிடம் இருந்தது. அவள் தலை உயர்த்தி வானத்தைப் பார்த்தாள். பின் குரலைத்

தாழ்த்திக் கொண்டு, "நாம எங்காவது போயி கல்யாணம் பண்ணிக்கலாமா காளி?" என்று கேட்டாள். இவனுக்குத் தூக்கி வாரிப்போட்டது. அதுவரை அவனுள் திரண்டிருந்த காமத்தின் உஷ்ணம் பட்டென்று ஜில்லிட்டுப்போனது அவனுக்கு. மீள முடியாத ஒரு சிக்கலில் மாட்டிக்கொண்டிருப்பதைப்போல உணர்ந்தான். இந்தப் பொறியில் எதன் பொருட்டும் சிக்கிக் கொள்ளக் கூடாது என்ற எச்சரிக்கை உணர்வு அவனுள் துளிர்விடத்தொடங்கியது. பதற்றத்தை வெளியில் காட்டிக் கொள்ளாமல் வழக்கமான புன்னகையுடன், "அதுக்கு சான்ஸ்சே இல்ல" என்றான். சட்டென்று அவன் இவ்வாறு கூறியதும் அவள் துவண்டு போனாள். தலை சுற்றுவது போல இருந்தது அவளுக்கு. நான்கு திசையிலும் வெள்ளம் சூழ்ந்த ஒரு தீவில் தனித்து விடப்பட்டதாக உணர்ந்தாள். அவன் கண்களை முதன்முதலாக ஊடுருவிப் பார்த்தாள். அவள் பார்வையை எதிர்கொள்ள முடியாமல் சங்கடப்பட்டான் அவன். அதற்கு மேல் பேச்சைத் தொடர விரும்பாமல் வானத்தையே உற்றுப் பார்த்தாள். "அதுக்கு சான்ஸ்சே இல்ல" என்று அவன் கூறிய போது வெளிப்பட்ட அப்புன்னகையை மீண்டும் நினைவுபடுத்திப் பார்த்தாள். அது அவனுடைய வழக்கமான புன்னகையாக இல்லை. இனி அவனால் அப்படிப்பட்ட ஒரு புன்னகையை தனக்கு வழங்கவே முடியாது என எண்ணிப் பெருமூச்சு விட்டாள்.

புயல் மையங்கொண்டு பருவமழை வலுத்த மறுநாளில் இருந்து அவள் நினைத்தது போலவே காளி அங்கு வருவதைத் தவிர்க்க ஆரம்பித்திருந்தான். வீதியில் பெருக்கெடுத்தோடும் மழை வெள்ளத்தைப் பார்த்துக் கொண்டிருந்தாள் அவள். கையில் காகிதத்தை வைத்துக்கொண்டு, "அம்மா கப்பல் செஞ்சி குடுமா" என்று அவள் குழந்தை அழுதுகொண்டிருந்தது.

❖❖❖

விஷம் தோய்ந்த நெடுங்கனவின் நகம்

கதவு தட்டப்படும் சத்தம் கேட்டு நன்றாக உறங்கிக் கொண்டிருந்த ஆறுமுகம் படுக்கையில் இருந்து எழுந்தார். விளக்கை எடுத்துக்கொண்டு தெருக் கதவைப் போய் திறந்தார். வாசலில் தன் மகள் நிற்பதைக் கண்டதும் அவரை பயம் கவ்வத் தொடங்கியது. வெகு நாட்கள் பட்டினி கிடந்து இளைத்துப் போய் கன்னங்களில் குழிவிழுந்து தோல் சுருக்கத்தோடு இருந்தாள் அவள். ஆடைகள் அழுக்கேறி பழுப்பு நிறமாக மாறிவிட்டிருந்தன. “உள்ள வான்னு சொல்ல மாட்டீங்களா அப்பா?” என்று அவள் கேட்டாள். இவர் பேசாமல் அவளையே உற்றுப் பார்த்துக் கொண்டிருந்தார். அங்கு நின்றபடியே தன் மனைவியை சத்தம் போட்டு கூப்பிட்டார். “ஏன் இப்படி கத்தறீங்க?” என்று கேட்டுக்கொண்டு சேலையை சரி செய்து கொண்டே வந்தாள். வாசலில் நின்றுகொண்டிருக்கும் தன் மகளைப் பார்த்து பீதியில் வாயடைத்துப் போனாள். உடல் மெல்ல நடுங்கத் தொடங்கியதும் அவளுக்கு வியர்க்க ஆரம்பித்தது. இருவரையும் உதட்டில் சிரிப்பு வழிய அவள் பார்த்துக்கொண்டிருந்தாள். கனிவான அவளின் சிரிப்பு இவர்களை மிகவும் சஞ்சலம் செய்துகொண்டிருந்தது. அவளின் பார்வையில் நிரம்பியிருந்த வெளிச்சம் வழிந்து அந்த இடத்தை அடைத்துக்கொண்டிருந்த இருள் விலகாத விடியலை ஒளியூட்டிக் கொண்டிருந்தது. தெரு முக்கில் இருந்த சில நாய்கள் உடலை சிலுப்பிக் கொண்டு அங்கிருந்து வடக்கு நோக்கி ஓடின. பதற்றம் இவர்கள் உடலை சிலிர்க்க வைத்தது. ஒருவரை ஒருவர் பார்த்துக் கொண்டனர். என்ன செய்வது என்று இவர்களுக்குப் புரியவில்லை. மறுபடியும் “என்னை உள்ள கூப்பிட மாட்டீங்களா?” என்று இவர்களைப் பார்த்து பாவமாகக் கேட்டாள். அவள் குரல் இவளை

என்னவோ செய்வதுபோல இருந்தது. என்ன நடந்தாலும் நடக்கட்டும் என்று நினைத்துக்கொண்டே அவளை உள்ளே அழைத்தாள். அவள் சிரித்துக்கொண்டே உள்ளே வந்தாள். வரும் போதே சாணம் உதிர்ந்திருந்த மண் சுவரைக் கை விரல்களால் தடவிக்கொண்டே வந்தாள். அவளைப் பின் தொடர்ந்து அவர் வந்தார். கூடத்தில் எரிந்து கொண்டிருந்த விளக்கைப் பார்த்து விட்டு மென்மையாக சிரித்தாள். பின் தோட்டத்திற்குச் சென்றாள். தோட்டக் கதவு சாத்தியிருந்தது. பின்னால் நிற்கும் அம்மாவைத் திரும்பிப் பார்த்தாள். அம்மா வந்து கதவைத் திறந்ததும் நடந்து சென்று அங்கு போடப் பட்டிருந்த உரலின் மீது அமர்ந்து கொண்டாள். அங்கு உட்கார்ந்தபடியே கீழே குனிந்து தெரு வாசலைப் பார்த்தாள். அவள் அப்படி பார்ப்பதைக் கவனித்த இவருக்கு, உடலெங்கும் பயத்தின் ரேகைகள் பரவத் தொடங்கியது. அவள் பார்வையில் அப்படி ஓர் வெளிச்சம் இருந்தது. அதுவே அவரை மிகவும் சங்கடப் படுத்தியது. பின் நிமிர்ந்து தன் அம்மாவைப் பார்த்து "அம்மா எனக்கு அங்க பிடிக்கலமா. நா இங்கயே உங்க பேச்ச கேட்டுகுனு ஒழுங்கா இருந்திடறேன்மா" என்று சொன்னாள். அவள் இவ்வாறு சொல்லக் கேட்டதும் இவளுக்கு பயம் கூடத் தொடங்கியது. நடுக்கம் அதிகரிக்க மறுபடியும் உடம்பு வேர்த்துக் கொட்டியது. இவள் திரும்பி தன் கணவரைப் பார்த்தாள். அவர் அங்கிருந்தபடியே இவளைக் கூப்பிட்டார். அருகில் வந்தவுடன் "சட்டுபுட்டுனு அனுப்புற வேலையைப் பாருடி" என்று கூறினார். எப்படிச் சொல்லி அவளை அனுப்புவது என்று இவள் யோசித்தவாறே தோட்டத்திற்கு வந்தாள். "நீ இங்க வரக்கூடாது மா" என்று அவளிடம் கூறினாள். அவள் ஏன் என்பதுபோல தலையுயர்த்திப் பார்த்தாள். அப்புறம் தலையைக் குனிந்துகொண்டு சிறிது நேரம் அமைதியாக இருந்தாள். சற்று நேரம் கடந்த நிலையில் அழுது கொண்டே "எப்படிமா அப்பாவுக்கு என்ன கெணத்துல தள்ள மனசு வந்திச்சி?" என்று கேட்டாள். அவள் கேள்விக்கு சட்டென்று இவளால் பதில் கூற முடியவில்லை. மனசு சங்கடமாக இருந்தது. அழுக்குப் படிந்து சிக்குப் பிடித்திருந்த அவளது தலைமுடி மேலும் இவளுள் பயத்தை அதிகப்படுத்தியது. "நீ இங்க இருக்க கூடாது மா. உனக்கு என்ன வேணும்னு கேளு. அம்மா உனக்கு தறேன். எடுத்துகிட்டு போ. உன்ன அங்க தேடுவாங்க. சீக்கிரமே

கிளம்புனா தான் பொழுதோட போக முடியும்" என்று படபடப்பாகப் பேசினாள். "உங்க கூடவே இருந்திடறேனே மா" என்று அவள் தொடர்ந்து கெஞ்சினாள். ஆனால் அவளுக்கு எந்த பதிலையும் இவளால் கூற முடியவில்லை. இருவரும் பேசாமல் இருந்தனர். அவர் கூடத்தில் இருமிக் கொண்டிருந்த சத்தம் கேட்டது. "உனக்கு என்ன வேணும்?" என்று அவளைப் பார்த்து இவள் மீண்டும் கேட்டாள். எப்படியும் தன்னை அனுப்பி விடுவார்கள் என்று உணர்ந்தவள் "சோளப்பொறி வறுத்துக் கொடுமா" என்று அழுதுகொண்டே சொன்னாள். அந்த அதிகாலையில் அடுப்பில் வாணலியை வைத்தாள். பழங்கலத்தில் இருந்து சோளத்தை எடுத்து வாணலியில் போட்டாள். அதில் உப்புத்தண்ணீரைத் தெளித்து வறுக்கத் தொடங்கினாள். சூட்டில் சோளங்கள் வெடித்துச் சிதறின. டப் டப் என அவை வெடித்துப் பொறியாக மாறுவதையே உற்றுப் பார்த்துக்கொண்டிருந்தாள். வறுத்த சோளப்பொறியை ஒரு துணியில் கட்டி அவளிடம் கொடுத்தாள். அதை வாங்கும்போது அவள் பார்வை இவளைத் துளைத்தெடுத்தது. தோட்டத்துக் கதவைச் சாத்திக்கொண்டு இவளை அழைத்துக்கொண்டு கூடத்திற்கு வந்தாள். அவர் ஏதும் அவளிடம் பேசாமல் தெருக் கதவை நோக்கி நடந்தார். அவள் நடுவில் நடக்க இவள் பின் தொடர்ந்தாள். தெருக் கதவிற்கு உள் பக்கமாக இவள் நின்று கொண்டாள். அவள் வாசற்படியைத் தாண்டும் போது திரும்பி இவளைப் பார்த்தாள். பின் ஏதும் பேசாது முன்னால் சென்றுகொண்டிருக்கும் தந்தையைப் பின்தொடர்ந்து நடந்தாள். அம்மா அவள் போவதையே பார்த்துக்கொண்டிருந்தாள். ஊர் எல்லையைத் தாண்ட ஆரம்பித்ததும் அம்மா தனக்கு துணியில் கட்டிக் கொடுத்த சோளப்பொறியைக் கொஞ்சம் கொஞ்சமாக எடுத்து, தொடர்ச்சியாகத் தன் தாயின் நினைவாகக் கீழே போட்டுக் கொண்டே தன் தந்தையைப் பின் தொடர்ந்து கொண்டிருந்தாள். அவள் போட்டுச் சென்ற சோளப்பொறி ஒரு கோடாக நீண்டுகொண்டே இருந்தது.

தனக்கும் தன் தாயுக்குமான உறவின் நீட்சியாக அவளுக்குத் தோன்றியது அது. பகல் பொழுது முழுக்க நடந்து ஊர் எல்லையில் இருந்த அடர்ந்த காட்டிற்கு அந்தப்பக்கம் அவளை விட்டு விட்டு அவர் திரும்பும் போது சூரியன் மெல்ல மேற்கில் சாய்ந்து கொண்டிருந்தது. திரும்பிப் பார்க்காமல் நடந்தார்.

அவர் நடக்க நடக்கப் பாதை நீண்டுகொண்டே இருந்தது. தனியே நடக்க பயமாகவும் இருந்தது. வழி நெடுகிலும் ஆங்காங்கே கறுத்து நின்றுகொண்டிருந்த ஓங்கி உயர்ந்த பனை மரங்கள் இவருள் பயத்தின் விதைகளைத் தூவத் தொடங்கின. பனை மரங்களும் வேக வேகமாக கூடவே நடப்பதைப் போன்று உணர்ந்தவர் மேலும் நடையைத் துரிதப்படுத்தினார். சூரிய வெளிச்சம் முற்றிலுமாக நீங்கி நன்றாக இருட்டத் தொடங்கியிருந்தது. பறவைகள் கூட்டம் கூட்டமாக தங்கள் கூடு நோக்கித் திரும்பிக் கொண்டிருந்தன.

“என்ன பெனாத்திகினு இருக்கீங்க?” என்று இவள் அவரைச் சீண்டிக் கேட்டதும் அவர் அரண்டு எழுந்தார். கண்களைக் கசக்கிக்கொண்டு சுற்றும் முற்றும் பார்த்தார். கனவு திடீரென துண்டிக்கப்பட்டு எழுப்பப்பட்டதால் அவருக்கு ஒருவித பதற்றம் ஏற்பட்டது. மலங்க மலங்க இவளைப் பார்த்தார். குடிக்கத் தண்ணீர் கொண்டு வந்து கொடுத்தாள் இவள். அதை வாங்கிக் குடித்து விட்டு மறுபடியும் படுத்துக்கொண்டார். உறக்கம் வராமல் படுக்கையில் புரண்டுகொண்டிருந்தார். பழைய நினைவுகள் அவர் மனதில் மெல்ல குமிழிடத் தொடங்கின.

மழை விடாது பெய்துகொண்டிருந்தது. தொடர்ந்து இடி சத்தம் கேட்டுக்கொண்டே இருந்தது. தெருவை அடைத்துக்கொண்டு மழைவெள்ளம் ஓடிக் கொண்டிருந்தது. கழனியில் இருந்து கொண்டு வந்திருந்த முருங்கைக் கீரையை கேழ்வரகு மாவில் உருவிப்போட்டு பிசைந்து அடை தட்டிக் கொண்டிருந்தாள் அகிலாண்டம். கூரையில் ஆங்காங்கே மழைநீர் ஊறி இறங்கிக் கொண்டிருந்தது. படுக்கும் இடம் நனைந்து விடாதபடி நீர் ஒழுகும் இடங்களில் எல்லாம் சிறிய பாத்திரங்களை வைத்தார் ஆறுமுகம். பாத்திரத்தில் தண்ணீர் விழும் ஒலி அறை முழுக்க வியாபித்திருந்தது. மண்ணெண்ணெய் விளக்கு சிட்டம் கட்டிக்கொண்டு எரிந்துகொண்டிருந்தது. இவர்கள் பெண் தெருத் திண்ணையில் கால்களை நீட்டி அமர்ந்திருந்தாள். இடி இடிக்கும் போதெல்லாம் அவள் மழைத்துளிகளுக்கு இடையில் கைகளை நீட்டி விரல்களால் சிறியதும் பெரியதுமாக வட்டங்களைப் போட்டுக்கொண்டிருந்தாள். பின் சிறிது நேரம் மழையையே உற்றுப் பார்த்துக்கொண்டிருந்தாள். கூரையில்

இருந்து ஊற்றும் மழைநீரை உள்ளங்கையில் பிடித்து அதைப் பார்த்துக் கொண்டே இருப்பாள். பின் இடி இடிக்கும் வானத்தைப் பார்த்து ஓங்கிச் சிரிக்கத்தொடங்குவாள். அப்புறம் எதையோ நினைத்துக்கொண்டவளைப் போல சிரிப்பதை நிறுத்திவிட்டு கால்களைத் தூக்கி மடித்துக்கொண்டு திண்ணையில் கண்களை மூடிக் கொண்டு அமைதியாக உட்கார்ந்தாள். உள்ளே ஒழுகும் மழைநீரால் சாணமிட்டு மெழுகிய மண்தரை மெல்லக் கரைய ஆரம்பித்திருந்தது. அடையைச் சுட்டு அவருக்கொன்றும் திண்ணையில் அமர்ந்திருந்த அவளுக்கொன்றும் கொடுத்தாள். நடக்க முடியாத அளவிற்கு மண்தரை சொத சொதவென்று இருந்தது. ஒரு தட்டில் வைத்து அடையைத் தன் மகள் கையில் கொடுக்கும்போது இவளுக்கு சங்கடமாக இருந்தது. "மூள வளர்ச்சி இல்லாதத நமக்குனு வச்சி எழுதிட்டானே" என அவளைப் பார்த்து சொல்லிக்கொண்டே மனதில் கடவுளை நொந்து கொண்டாள். அவர் உள்ளே பொவிந்து பொவிந்து இருமும் சப்தம் கேட்டது. உள்ளே சென்று தண்ணீர் மொண்டு கொடுத்தாள். மழைவிடுவதற்கான சிறு அறிகுறிகூடத் தென்படவில்லை. வானம் வெளிவாங்காமல் இருந்தது. தோட்டத்தில் கட்டியிருந்த மாடுகள் குளிர் தாங்காமல் கத்திக் கொண்டிருந்தன.

நன்கு ஊறியிருந்த தரையில் முதலில் உர சாக்குகளைப் போட்டு அதன் மீது பாயைப் போட்டாள். அவர் தனியாக சுவர் ஓரம் தன் படுக்கையை விரித்து சுவரில் சாய்ந்து உட்கார்ந்து கொண்டார். இவள் விளக்கை எடுத்துக் கொண்டு தெருவிற்குச் சென்று திண்ணையில் அமர்ந்திருந்த தன் மகளை அழைத்துக் கொண்டு வந்து படுக்க வைத்தாள். பின் கித்தானை எடுத்து தலையில் போட்டுக்கொண்டு தோட்டத்திற்கு சென்றாள். மாடுகளை அவிழ்த்து வேறு இடத்தில் கட்டினாள். நனையாத மணிலா கொடிகளை அள்ளி மாடுகளுக்கு அருகில் போட்டாள். பின் சிறுநீர் கழித்து விட்டு தோட்டக்கதவைச் சாத்திவிட்டு வந்து பாயில் உட்கார்ந்து கொண்டாள். மண்ணெண்ணெய் விளக்கில் இருந்து எழும் புகையும் நாற்றமும் அறை முழுக்க அடைந்து கிடந்தது. சுவாசிக்கும் போது மண்ணெண்ணெய் வாசமே காற்றில் நிரம்பி இருந்தது. வேலையில் ஆழ்ந்து கிடக்கும் போது இவர்களுக்கு அவளைப் பற்றிய கஷ்டம்

அவ்வளவாகத் தோன்றியதில்லை. இரவில் படுக்கப்போகும் சமயத்தில் அவளைப் பற்றிய கவலை பெரியதாகத் தோன்றி இவர்களை அரித்தெடுக்கத் துவங்கும். ஒரு சில நாட்களாக அந்தக் கவலையின் மடங்கு கூடத் தொடங்கி இருந்தது. மனநிலை சரியில்லாத அந்தப் பெண் தன் வயிற்றில் மறுபடியும் ஒரு சிசுவை சுமந்து கொண்டிருந்ததை ஒரு பௌர்ணமி நாளின் அதிகாலையில் அறிந்த போது மனதில் மிகவும் கடுமையான வலியை அவள் அம்மா உணர்ந்தாள். "எந்த பாவிப் பய இப்படி பன்னானோ ஐயோ எனக்கு என்ன பன்றதுனே தெரியலையே" என பிதற்றியபடியே அழத்தொடங்கினாள். இதைக் கேள்விப்பட்ட நொடியில் அவரும் நொடிந்து போனார். எவ்வளவோ அடித்து கேட்டுப் பார்த்தார்கள். இவர்கள் என்ன கேட்க வருகிறார்கள் என்பதையே புரிந்துகொள்ள முடியாதபடி அவள் அமர்ந்து கொண்டிருந்தாள். அதன்பிறகான ஒவ்வொரு நாளையும் இவர்கள் கடத்துவதற்குப் பெரிதும் சிரமப்படவேண்டியிருந்தது. எவ்வளவு நாட்களுக்கு இதை இப்படியே மூடி மறைத்து விட முடியும் என்று யோசித்தபடியே இவள் ஒரு நெடிய மூச்சை இழுத்து விட்டாள். சொல்ல முடியாத பாரம் அழுத்துவது போல உணர்ந்தவள் மீண்டும் சிறுநீர் கழிக்க தோட்டத்திற்குச் சென்றாள். வெளியில் மழை பெய்தபடியே இருந்தது.

விளக்கின் ஒளி அளவைக் குறைத்து வைத்தாள். கால்களை நீட்டிச் சுவரில் தலை சாய்த்து அண்ணாந்து விட்டத்தைப் பார்த்துக் கொண்டிருந்தார் அவர். "ஏன் தூக்கம் வரலியா?" என்று அவள் கேட்டாள். "எங்க கண்ண மூட முடியுது? பாவி மவ தலையில பாறாங்கல்லை இல்லை தூக்கிப் போட்டுட்டு தூங்கறா?" என அழாத குறையாக அவர் பதில் சொன்னார். என்ன செய்யலாம் என்று இவர்கள் ஒவ்வொரு நாளும் உறங்கப் போகும் முன் தீவிரமாக யோசிப்பார்கள். ஆனால் எந்த முடிவும் எடுக்க முடியாமல் உறங்கிப் போவார்கள். "நாம இருக்கற வரைக்கும் பாத்துக்கலாம்னு நெனைச்சிருந்தேன் இப்படி வவுத்துல வாங்கிட்டு வந்து நிக்கறாளே. நா என்ன பண்ணுவேன்" என தலையில் அடித்துக் கொண்டு தேம்ப ஆரம்பிப்பாள். எந்த சலனமும் அற்று அவள் நன்றாகத் தூங்கிக் கொண்டிருப்பாள். உதவிக்கு யாரையும் கலந்து செய்ய முடியாத நிலை. வெளியில் தெரிந்தால் அதை ஊதி பெரிசு பண்ணும்

மனிதர்கள். நாளாக நாளாக மனம் கனத்து இருவருக்குமே நெஞ்சு வெடித்துவிடும் போல இருந்தது. வெளியில் தவளைச் சத்தம் கேட்கத் தொடங்கியதும் மழையின் சீற்றம் அடங்கி இருப்பதைப் போல இருந்தது. தெருவில் மழைநீரின் சல சலப்பு சற்று அடங்கி இருந்தது. அவர் எழுந்து சிறுநீர் கழிக்க தோட்டத்திற்கு சென்றார்.

கடந்த முறை மருத்துவச்சியிடம் அழைத்துச் சென்றபோதே கூனிக்குறுக வேண்டியிருந்தது. நாக்கைப் பிடுங்கிக் கொள்கிற மாதிரி அசிங்கமாகக் கேட்டாள். கருக்கலைப்பு செய்து செய்து அவள் மனசு கெட்டி தட்டி போய்விட்டதைப் போல நடந்து கொண்டாள். எருக்கஞ் செடியின் கட்டையை பால்வழிய வழிய எடுத்து அவள் பிறப்புறுப்பில் செருகும் போது நெஞ்சே நின்று விடும் போல இருந்தது. அவள் வலியால் துடித்தாள். அலறல் சத்தம் வீடு முழுக்கக் கேட்டது. கட்டையை செருகிவிட்டு வந்து கை அலம்பிய பின் கணக்குப் போட்டு காசு வாங்கிக் கொண்டாள். “எம்மா நாளக்கி இவள நீங்க இப்படியே பாத்துப்பீங்க? இன்னும் கொஞ்ச நாள் கழித்து மறுபடியும் வவுத்துல வாங்கினு வந்து நின்னா என்ன செய்வ?” என்று பணத்தை எண்ணிக் கொண்டே இவளிடம் கேட்டாள். அவள் வாசலில் வலியால் உருண்டு புரண்டு துடித்தாள். மருத்துவச்சி இவளை அருகில் அழைத்து “பேசாம சாப்பாட்ல எதாவது வச்சி கொடுத்திடுங்க. இல்ல கொளத்துல கிணத்துல அமுக்கிடுங்க பாரம் கொறையும்” என்று சொன்னாள். அவள் பேச்சைக் கேட்டு இவள் துடித்துப் போனாள். எப்படி மனம் வந்து இப்படி பேச முடிகிறது என்று நினைத்தாள். எந்நேரமும் நாம் எப்படி அவளுடனேயே இருக்க முடியும்? இன்னும் எவ்வளவு நாட்களுக்கு நம்மால் இருக்க முடியும் என்று யோசித்தவளுக்கு மருத்துவச்சியின் யோசனை சரி என்றே பட்டது. காலம் முழுக்க வைத்துக் கொண்டு கஷ்டப்படுவதை விட ஒரே நாளில் அழுது தீர்த்து விடுவது சரி என்றே அவளுக்கும் தோன்றியது. ஐயோ அப்படி செய்வது மாபாதக செயல் என்றும் அடுத்த நொடி அவள் மனது நினைத்தது. ஊசலாடிக் கொண்டே இருந்த மனதையும் அவளால் புறந்தள்ள முடியாமல் தவித்தாள்.

அவர் அடித்தொண்டையை செருமிக்கொண்டு இருமவும் இவள் நினைவுகள் கலைந்து இயல்பு நிலைக்கு மீளவும் சரியாக

இருந்தது. அவருக்கு குடிக்கத் தண்ணீர் எடுத்துக் கொடுத்தாள். தண்ணீர் குடித்துவிட்டு அவர் படுத்துக் கொண்டார். இவளும் படுத்துக் கொண்டு கண்களை மூடினாள். ஆனால் நெடு நேரத்திற்கு இவளுக்கு உறக்கம் வரவே இல்லை. புரண்டு புரண்டு படுத்தாள்.

அன்று ஒரு பவுர்ணமி இரவாக இருந்தது. அவர் தோட்டத்து வாயிற்படியில் அமர்ந்து கொண்டிருந்தார். இவள் கூழ் ஆக்க மாவு இடித்துக் கொண்டிருந்தாள். "வேற வழியே இல்லையா?" என்று மீண்டும் இவளைப் பார்த்துக் கேட்டார். "மருத்துவச்சி இந்த மொற முடியாதுனு சொல்லிட்டா. நீங்களே எதாவது பண்ணிக்கிங்கனு கையை விரிச்சிட்டா" என்று பதில் சொன்னாள். அதைக் கேட்டு "ஐயோ ஆண்டவா எப்படி எங்கையால அவள சாகடிப்பது?" என்று தலையில் அடித்துக் கொண்டு அழுதார். இவளுக்கும் அழுகை பீறிட்டுக் கிளம்பியது. இது எதுவும் புரியாமல் அவள் தெருவில் விளையாடிக் கொண்டிருந்தாள். மாட்டுக் கொட்டகையில் கட்டப்பட்டிருந்த மாடு கால்களை உதைத்துக் கொண்டு கத்திக் கொண்டிருந்தது. இவள் மாவை எடுத்து முறத்தில் போட்டு புடைத்துக் கொண்டிருந்தாள். அவருக்கு அழுது அழுது கண்கள் சிவந்திருந்தன. துண்டை உதறித் தோளில் போட்டுக் கொண்டு சாராயக்கடை நோக்கிச் சென்றார்.

அவர் திரும்பி வரும் போது நன்றாக இருட்டி விட்டிருந்தது. வீட்டிற்குள் நுழைந்ததும் மனைவியை அழைத்து "மொசக் கொட்டையும் கருவாட்டையும் போட்டு கொழம்பு வை" என்று சொல்லிவிட்டு திண்ணையில் படுத்துக் கொண்டார். சாராய நெடி குப்பென்று அடித்தது அவர் மீது. இவளுக்கு மனசு பாரமாகவே இருந்தது. கருவாட்டை எடுத்து நீரில் ஊற வைத்தாள். மொச்சையை வாணலியில் போட்டு வறுத்துவிட்டு கருவாட்டுக் குழம்பு வைக்கும் சட்டியைக் கழுவி அடுப்பில் வைத்தாள்.

அவர் புரண்டு படுத்தபோது கருவாட்டுக் குழம்பின் வாசம் அவரது மூக்கைத் துளைத்தது. எழுந்து மறுபடியும் சாராயக் கடைக்குச் சென்றார். இவள் சாதம் குழம்பு ஆகியவற்றை எடுத்து சாப்பிடத் தோதாக தோட்டத்தில் வைத்தாள். இரண்டு தட்டுகளை கழுவி வைத்துவிட்டு கதவோரம்

உட்கார்ந்து கொண்டாள். சற்று நேரத்திற்குள் அவர் தள்ளாடிக் கொண்டே நடந்து வந்தார். கை அளம்பிக் கொண்டு உட்கார்ந்தார். அவருக்கு சாப்பாடு போட்டு விட்டு தெருவிற்குச் சென்று மகளையும் சாப்பிட அழைத்து வந்தாள். தட்டு நிறைய சாதத்தைப் போட்டு மொச்சைக் கொட்டையையும் கருவாட்டையும் அள்ளி தட்டில் போட்டாள். அவள் பிசைந்து கொண்டே இருந்தாள். சாதம் தரையில் சிந்தியது. அதைப் பொருட்படுத்தாதவளாக தட்டில் இருந்து ஒரு கருவாட்டை முகத்துக்கு நேராகத் தூக்கிப் பார்த்தாள். அவளின் செய்கைகள் இவளுக்கு அழுகையை வரவழைத்தன. கன்னத்தில் வழிந்த நீரை சேலைத் தலைப்பால் துடைத்துக் கொண்டாள். கையில் பிடித்திருந்த கருவாட்டை அவள் வாயில் போட்டு மென்றாள். இருவரும் அவள் சாப்பிடுவதையே பார்த்துக் கொண்டிருந்தனர். தோட்டத்தில் இருந்த தென்னை மரம் காற்றின் போக்கில் சாய்ந்து ஆடிக்கொண்டிருந்தது. சாப்பிட்டு முடித்ததும் இவளிடம் எதுவும் பேசாமல் மகளை அழைத்துக் கொண்டு தோட்டத்து வழியாகக் கழனி நோக்கிச் செல்லத் தொடங்கினார். இவர்களுக்கு முன்பாக கருத்த நாகமென நீண்டிருந்தது பாதை.

அதன் பிறகான நாட்களில் அவர் சாராயக்கடையே கதி எனக் கிடந்தார். தன் மகள் குறித்த சிந்தனை அவரை இயங்க விடாமல் செய்துகொண்டிருந்தது. அன்றும் அவர் குடித்துவிட்டு வீட்டிற்கு வந்து கதவைத் தட்டும் போது நள்ளிரவு தாண்டி இருந்தது. தெருவில் நாய்கள் குரைக்கத் தொடங்கின. தனியாக வீட்டில் தூங்க பயந்து துணைக்கு கௌரிப் பாட்டியை கூட்டிக் கொண்டு வந்து தூங்கிக் கொண்டிருந்த அகிலாண்டம் எழுந்து கதவைத் திறந்தாள். அவர் மிதியடியைக் கழட்டி நடையில் விட்டு விட்டு வீட்டிற்குள் சென்றார். “சாப்பிட எடுத்து வைக்கட்டுமா?” என்று அவரைப் பார்த்துக் கேட்டாள். அவர் வேண்டாம் என்பது போல தலையாட்டி, குளித்து விட்டு வந்து படுத்துக் கொண்டார். சுலபத்தில் அவருக்கு உறக்கம் வரவில்லை. இவளும் உறக்கம் வராமல் புரண்டு கொண்டே இருந்தாள். ஆனால் இருவரும் எதுவும் பேசிக் கொள்ளவே இல்லை. மண்ணெண்ணெய் விளக்கின் வெளிச்சம் சூழலை மேலும் நெருக்கடி மிக்கதாக மாற்றிக் கொண்டிருந்தது. நடந்து வந்த களைப்பு மெல்ல அவரைத் தூக்கத்தில் ஆழ்த்தியது. இவள்

அவருக்கு முன்பாகவே உறங்க ஆரம்பித்திருந்தாள். நினைவின் துல்லியத்துடன் கனவு தன் சிமிழ் திறந்து அவரை உள்ளிழுத்துக் கொண்டது. அவரும் தன்னை அதற்கு ஒப்புக்கொடுத்தார்.

ஆழ்ந்த உறக்கத்தின் பிடியில் இருந்த போது கதவு தட்டும் சத்தம் அவருக்கு கேட்டது. “அம்மா. அம்மா” என்ற குரலும் மெதுவாகக் கேட்டுக் கொண்டே இருந்தது. மனப் பிரேமையாக இருக்கும் என நினைத்துக் கொண்டு கண்களை இறுக்க மூடிக் கொண்டு மறுபடியும் தூங்க ஆரம்பித்தார். ஆனால் கதவு தட்டும் சத்தம் தொடர்ந்து கொண்டே இருந்தது. “ஏங்க யாரோ கதவு தட்றாங்க.... போயி பாருங்க” என்று அவரிடம் சொன்னாள். கதவு தட்டும் சத்தம் இவர்கள் மனதில் மெல்ல பதற்றத்தை ஏற்படுத்தியது. தன்னைச் சுற்றி பயத்தின் நிழல் படருவதை மறுபடியும் உணர்ந்தாள். உடலில் நடுக்கம் ஏற்பட்டு வியர்க்கத் தொடங்கியது அவளுக்கு. அவர் விளக்கை எடுத்துக் கொண்டு தெருக் கதவைத் திறக்கச் சென்றார். கைகள் மெல்ல நடுங்குவதை உணர்ந்தவர் கஷ்டப்பட்டு தன்னைக் கட்டுப்படுத்திக் கொண்டு கதவைத் திறந்தார். அவர் நினைத்தது போலவே அவள் நின்று கொண்டிருந்தாள். அதே சிரிப்பு. முந்தின நாள் அதிகாலை எப்படி பார்த்தாரோ அப்படியே இருந்தாள். நடப்பதெல்லாம் வெறும் கனவுதானோ என்று தன்னையே கிள்ளிப் பார்த்துக் கொண்டார். அதற்குள் இவளும் உள்ளிருந்து தெரு வாசலுக்கு வந்தாள். அங்கே அவள் நிற்பதைக் கண்டாள். மூச்சே நின்றுவிடும் போல இருந்தது. சத்தம் கேட்டு கௌரிப் பாட்டியும் வந்துவிட்டாள். இவள் வெளியில் நிற்பதைக் கண்ட பாட்டி “அந்த சனியன பிஞ்சுபோன தொடப்பகட்டையால அடிச்சி வெறட்டு. இல்லனா தெனத்துக்கும் வந்து இம்ச பண்ணும்” என்று வேகமாக ஆறுமுகத்திடம் சொன்னாள். பேய் பிடித்தவள் போல பேசிய பாட்டியைக் கண்ட இவளுக்கு மேலும் பயம் அதிகரிக்கத் தொடங்கியது. அவர் ஏதும் பேசாது அமைதியாக நின்று கொண்டிருந்தார். இவள் கண்களில் இருந்து நீர் தாரை தாரையாக வழிந்து கொண்டிருந்தது. “நீ ஏம்மா அழற?” என்று அவள் தன் தாயைப் பார்த்து பிரியம் கசியக் கேட்டாள். அந்தக் குரல் இவளை அடி ஆழம் வரை சென்று தாக்கியதை உணர முடிந்தது. “ஏன்டா பேசாம நிக்கிற. பிஞ்ச செருப்ப எடுத்து நாலு சாத்து சாத்து. சனியன் இனி இந்த தெசைக்கே

வராது" என்று மறுபடியும் ஆறுமுகத்திடம் சொன்னாள் பாட்டி. ஆறுமுகம் உள்ளே வந்து அறுந்த செருப்பை எடுத்துக் கொண்டு தெருவிற்கு வந்தார். அவர் அடித்து விடுவாரோ என்று இவள் பயந்தாள். அடித்து விடக் கூடாதே என்றும் உடனே கடவுளை வேண்டத்தொடங்கினாள். அவள் எதிரில் செருப்பைக் கொண்டு வந்து காண்பித்தவர் வேறெதுவும் பேசாமல் நின்று கொண்டிருந்தார். செருப்பை பார்த்த நொடியில் அவள் தலை குனிந்து திரும்பி, "இதுக்காகத்தான என்ன இப்படி ஆக்கிட்டிங்க?" என்று தன் வயிற்றைத் தடவிக் காட்டி கேட்டாள். அவர் எதுவும் பேசாமல் அமைதியாக இருந்தார். சிறிது நேரத்தில் வயிற்றைப் பிடித்துக் கொண்டு, "அம்மா வலி தாங்க முடியிலயே" என்று தாயைப் பார்த்துக் கதறினாள். எதுவும் செய்யக் கூடாது என்பது போல பாட்டி தலையை ஆட்டினாள். அவள் வலியால் துடித்துக் கொண்டே இருந்தாள். பெருங்குரல் எடுத்து அவள் கத்தியது எங்கும் எதிரொலித்துக் கொண்டிருந்தது. ஒரு கட்டத்தில் வலி பொறுக்க முடியாமல் தன் பிறப்புறுப்பில் கையை விட்டு வெளியே உருவி எடுத்தாள். கறுப்பாக பெரிய கூழாங்கல் போல அது இருந்தது. உதிரநாற்றமும் கவிச்சை வாசனையும் சூழலெங்கும் பரவியது. அவள் பிறப்புறுப்பில் இருந்து கூழாங்கல் போல ஒன்று வந்து விழுவதை இவர்கள் நடுக்கத்தோடு பார்த்துக் கொண்டிருந்தனர். அவள் ஆசுவாசம் அடைவதற்குள் மீண்டும் அவள் வயிறு உப்பத்தொடங்கியது. மறுபடியும் அவள் வலியால் அலறித்துடித்தாள். அவள் அலறித்துடிப்பதைக் கண்டு இவர்களுக்கு பயமாக இருந்தது. மறுபடியும் அவள் தன் கையை பிறப்புறுப்பில் விட்டு இன்னொரு கூழாங்கல்லை உருவிப் போட்டாள். அதைத் தொடர்ந்து பெரும் உதிரப்போக்கு அவளுக்கு ஏற்பட்டது. சிறிது நேரத்தில் மீண்டும் வயிறு பெருக்கத் தொடங்கியது. அதைத் தொடர்ந்து வலி எடுக்க பெரும் சத்தத்தோடு கத்தினாள். தொடர்ந்து அவள் கூழாங் கற்களை பிரசவித்து தள்ளிக்கொண்டே இருந்தாள். நேரம் ஆக ஆக அந்த இடம் ஒரு குன்றைப் போல காட்சி அளித்தது. இன்னும் என்னென்ன நடக்கப் போகிறதோ என்று இவர்கள் பதற்றத்தோடு பார்த்துக் கொண்டிருந்தனர். பேச நா எழாமல் நடுங்கியபடியே நின்று கொண்டிருந்தனர். எதுவும் செய்யத் தோன்றாமல் அவளைப் பார்த்து கைகூப்பி வணங்கி "இதுக்கு

மேல எங்களால தாங்க முடியாது தாயி” என்று இவள் கண்ணில் நீர்வழிய கூறினாள். தனக்கு முன்னால் குருதி தோய்ந்து கிடந்த கூழாங்கல் குவியலைப் பார்க்கப் பார்க்க இவருக்கு தலைசுற்றத் தொடங்கியது. மயக்கம் வருவது போல உணர்ந்தவர் அப்படியே தரையில் அமர்ந்தார். தாயின் கண்ணீருக்கு அவள் கட்டுப்பட்டாள். பின் மெல்லத் திரும்பி அம்மாவைப் பார்த்து, “மேலலாம் ஒரே கவிச்ச நாத்தமா இருக்குமா. மாத்துக்கு கட்டிக்க ஏதாவது துணி இருந்தா கொடுமா” என்று கைகளை நீட்டிக் கேட்டாள். “எதுவும் கொடுக்காத. அப்புறம் இந்த சனியன் திரும்ப வரும்” என்று இவளைப் பார்த்து பாட்டி சொன்னாள். ஆனால் இவளால் பாட்டியின் பேச்சைக் கேட்க முடியவில்லை. தெருவில் நின்று கைகளை நீட்டி அவள் கேட்டது பாட்டிக்கு சாதகமாக இவளை இயங்கவிடாமல் செய்தது. உள்ளே சென்று இரண்டு பழைய சேலையை எடுத்துக் கொண்டு வந்து கொடுத்தாள். அவள் அதை வாங்கிக் கொண்டு தன்னைச் சுற்றிக் கிடந்த கூழாங்கற்களை இரண்டு கைகளாலும் அள்ளிக்கொண்டு எதுவும் பேசாமல் தெருவைப் பார்த்து நடக்கத் தொடங்கினாள். நாய்கள் ஊளையிட்டு அழத் தொடங்கின. பாட்டி உள்ளே சென்று தண்ணீர் கொண்டு வந்து வாசலில் தெளித்து விட்டு அனைவரையும் உள்ளுக்கு கூப்பிட்டாள். தெரு விளக்கின் கீழே சில நாய்கள் குரைத்துக் கொண்டிருந்தன.

தெற்குப் பக்கம் இருந்த சந்தில் சேவல் தொடர்ந்து கூவிக்கொண்டே இருந்தபோது கனவு அறுந்து அவர் தூக்கம் கலைந்து எழுந்தார். அதிகாலை கனவு பலிக்கும் என்று பலர் சொல்லக் கேட்டிருக்கிறார். அதனால் பதற்றமாக இருந்தது அவருக்கு. படுக்கையில் இருந்து எழுந்து முகம் கழுவிக் கொண்டு தேநீர் குடிக்க சிவன் கோவில் அருகில் இருந்த கடைக்குப் புறப்பட்டார். வாசலுக்கு வந்து நான்கு புறமும் பார்த்தார். பாட்டி தண்ணீர் தெளித்ததற்கான சிறு சுவடுகூட இல்லாமல் இருந்தது தெரு வாசல். துல்லியத்துடன் விரிந்த கனவில் பாட்டி கடைசியாக வாசலுக்கு தண்ணீர் தெளித்த காட்சி மீண்டும் அவர் மனதில் தோன்றி மறைந்தது. துண்டை உதறித் தோளில் போட்டுக் கொண்டு தேநீர் கடை நோக்கி நடக்கத் தொடங்கினார்.

அன்று பகல் முழுக்க அவர் குடித்துவிட்டு வந்து தூங்கிக் கொண்டிருந்தார். முந்தின இரண்டு நாட்கள் ஏற்படுத்திய களைப்பும் மதுவின் போதையும் அவரை சாப்பிடக் கூட எழ விடாமல் அடித்துப் போட்டது. இவளும் சாப்பிட அவரை எழுப்பவில்லை. இரண்டு நாட்கள் துவைக்காமல் இருந்த துணிகளை துவைத்துப் போட்டாள். கூழ் ஆக்க உரலில் கம்பு இடித்து பானையில் போட்டு புளிக்கவைத்தாள். சாணம் எடுத்து வந்து தோட்டத்தில் இருந்து தெரு வாசல் வரை ஒரே சீராக மெழுகினாள். வேலை நீண்டு கொண்டே இருந்தது. தோட்டத்தில் மாடுகள் கத்திக் கொண்டிருந்தன. அங்கு சென்று போரில் இருந்து மணிலா கொடிகளைப் பிடுங்கி மாடுகளுக்குப் போட்டு விட்டு வந்து குளித்தாள். பின் சாப்பிட்டாள். மனம் அமைதி இன்றித் தவிப்பதாக உணர்ந்தவள் பாட்டியுடன் தெருத் திண்ணையில் தாயம் விளையாட ஆரம்பித்தாள். பொழுது மெல்ல சாய ஆரம்பித்த போது மேய்ச்சலுக்குப் போன மாடுகள் தெருவில் வீடுகளுக்குத் திரும்பிக்கொண்டிருந்தன. மாடுகளின் கழுத்தில் கட்டப்பட்டிருந்த மணிகள் ஓசை எழுப்பிக்கொண்டே சென்றன. தூக்கம் கலைந்து எழுந்த அவர் தோட்டத்திற்கு சென்று முகம் கழுவிக் கொண்டு தெருவில் வந்து நின்றார். தெருவில் பிள்ளைகள் விளையாடிக் கொண்டிருந்தனர். இடுப்பில் சுருட்டி வைத்திருந்த பீடிக் கட்டை எடுத்து அதிலிருந்து ஒரு பீடியை உருவிப் பற்றவைத்துக் கொண்டு தெருவில் இறங்கி நடக்கத் தொடங்கினார்.

தள்ளாடிக் கொண்டே அவர் வீடு திரும்பும் போது நன்றாக இருட்டி விட்டிருந்தது. தோட்டத்திற்குச் சென்று கை கால் அலம்பிக் கொண்டு வந்து சாப்பிட உட்கார்ந்தார். இவள் வைக்க வைக்க அவர் சாப்பிட்டுக் கொண்டே இருந்தார். கண்கள் விரிய இவள் அவரைப் பார்த்துக் கொண்டே உட்கார்ந்து கொண்டிருந்தாள். சாப்பிட்டுவிட்டு எழுந்து கை அலம்பிக் கொண்டு தெருவிற்குச் சென்று சிறிது நேரம் நடந்தார். பின் வந்து பாயில் படுத்துக் கொண்டார். அவளும் பாட்டியும் சாப்பிட்டு விட்டுப் படுக்கப் போகும் முன்பே அவர் தூங்கி விட்டிருந்தார். ஆழ்ந்த உறக்கம் அவருள் கனவின் விதைகளைத் தூவியது.

தெருவில் நாய்கள் ஊளையிட்டுக் கொண்டிருந்தன. "ஏங்க கதவு தட்ற சத்தம் கேக்கறமாதிரி இருக்குங்க" என்று அவரை இவள் தட்டி எழுப்பும் போது உறக்கம் கலைந்து பாட்டியும் எழுந்து உட்கார்ந்தாள். "அம்மா... அம்மா" எனறு அவள் குரல் துல்லியமாகக் கேட்டதை இவள் உணர்ந்தாள். வேதனையாகவும் இருந்தது இவளுக்கு. "கதவ தெறக்காத அது பாட்டுகினு கத்திட்டு போயிடும்" என்று பாட்டி இவளிடம் சொன்னாள். அவர் போதையின் பிடியில் சிக்குண்டிருந்தார். நன்றாகக் குறட்டை விட்டு அயர்ந்து தூங்கிக் கொண்டிருந்தார். இவள் பாட்டியையே பார்த்துக் கொண்டிருந்தாள். பாட்டி "எதையும் காதுல வாங்காம படுடி" என்று இவளை அதட்டினாள். இவள் பாட்டியின் பேச்சைக் கேட்டுக்கொண்டே அசைந்தாடி எரிந்துகொண்டிருக்கும் விளக்கைப் பார்த்துக்கொண்டிருந்தாள். வெளியில் இருந்து "அம்மா.. அம்மா" என்று கூப்பிடும் சத்தமும் அதைத் தொடர்ந்து கதவு தட்டும் சத்தமும் கேட்டுக் கொண்டே இருந்தது. "இன்னிக்கும் போயி கதவ தெறந்து பேச்சு குடுத்தனா அந்த சனியன் நாளைக்கும் வந்து நிக்கும்" என்று பாட்டி சொன்னாள். நாளையும் வரும் என்று பாட்டி சொன்னதால் இவள் கதவைத் திறக்காமல் அமைதியாக, படுத்துக் கொண்டே மோட்டுவளையைப் பார்த்துக் கொண்டிருந்தாள்.. கதவு தட்டும் சத்தம் தொடர்ந்து கேட்டுக் கொண்டே இருந்தது. தெருவில் நாய்களும் விடாமல் குரைத்துக் கொண்டிருந்தன.

ஒரு கட்டத்தில் அவள் கதவு தட்டுவதை நிறுத்தினாள். இனி இவர்கள் திறக்க மாட்டார்கள் என்று அவளுக்கு புரிந்துவிட்டிருந்தது. முதன் முதலாக தன் பெற்றோர்கள் மீது அவளுக்குக் கோபம் வந்தது. இவ்வளவு நேரம் தட்டியும் வந்து என்ன என்று கேட்காத இவர்களை சபிக்கத் தொடங்கினாள். அவள் வாயில் இருந்து கெட்ட வார்த்தைகள் பெருகிக் கொண்டிருந்தன. நாய்கள் குரைத்துக்கொண்டிருப்பதை அப்போதுதான் திரும்பிப் பார்த்தாள். ஒற்றை விரலை எடுத்து தன் உதட்டின் மீது வைத்து நாய்களைப் பார்த்தாள். அவை அனைத்தும் அடுத்த நொடியே வாலைக் குழைத்துக்கொண்டு அவளைச் சுற்றிச் சுற்றி வந்தன. நேற்று தன்னிடம் கனிவோடு நடந்து கொண்ட தன் தாயின் மேல் அவளுக்கு லேசான பரிவும் ஏற்பட்டு மறைந்தது. ஆனால் தந்தை மீதான கோபம் மெல்ல திரட்சியடையத் தொடங்கியது. கடைசியாக ஒரு முறை

கதவைத் தட்டினாள். யாரும் வந்து திறக்கவில்லை. சிறிது நேரம் கதவின் அருகிலேயே நின்று கொண்டிருந்தாள். அந்நொடியில் அவள் தன் தந்தையைப் பழிவாங்க துடித்தாள். முகம் சிவந்து கண்களில் குரூரம் பரவத் தொடங்கியது.

மொத்த கோபமும் தன் தந்தை மீது திரண்டது அவளுக்கு. மூச்சை நன்றாக இழுத்து விட்டு விஷம் ஏறி நீலம் பாரித்திருந்த தனது விரல் நகங்களைப் பார்த்தாள். அனைத்து நகங்களும் மிகவும் கூர்மையாக இருந்தன. மிகவும் நிதானமாக அனைத்து நகங்களையும் பற்களால் கடித்து எடுத்தாள். வாயிற்படி அருகே சென்றவள் கீழே குனிந்து வாயிற்படி மீதும் அதன் கீழே தரையிலும் இரண்டு நகங்களை செருகி வைத்தாள். பின் வாசலுக்கு வந்து அங்கு நீண்டிருந்த நடைபாதையெங்கும் மீதமிருந்த நகங்களைச் செருகினாள். கூரிய ஊசியைப் போன்று நீல வண்ணத்தில் மின்னிக் கொண்டிருந்தன நகங்கள். அந்நகங்களைப் பார்த்து விஷமேறி இருந்த தன் கோரைப்பற்கள் தெரிய முதல் முறையாக சிரித்தாள். பின் அண்ணாந்து வானத்தைப் பார்த்தாள். தன் முன் நீண்டிருந்த பாதையைப் பார்த்தாள். தெருவோர வேப்ப மரத்திலிருந்து ஒரு ஆந்தை சிறகை படபடவென அடித்தபடி அவளைக் கடந்து சென்ற போது அவள் வாசலைத் தாண்டி பாதையில் இறங்கி நடக்கத் தொடங்கி இருந்தாள். வாலைக் குழைத்தபடி நாய்கள் அவளைப் பின் தொடர்ந்து ஓடிக்கொண்டிருந்தன. வெப்பாலையும் பனைகளுமாக உயர்ந்திருந்த சுடுகாட்டுப் பாதையில் இறங்கி நடந்தபோது நாய்கள் அங்கேயே நின்றுவிட்டன. அவள் திரும்பி நாய்களைப் பார்த்தாள். அவற்றின் கண்கள் இருளில் தீப்பிழம்பு போல ஒளிர்ந்து கொண்டிருந்தன. பின் மீண்டும் பாதையைப் பார்த்தபடியே நடக்கத் தொடங்கினாள். நாய்கள் மறுபடியும் ஊருக்குள் வரும் பாதையில் திரும்பிக் கொண்டிருந்தன.

சருவத்தில் சாணியைக் கரைத்துக்கொண்டு இவள் தெரு வாசலுக்கு வந்தபோது ஓரளவுக்கு விடிந்து விட்டிருந்தது. இவளைப் பின் தொடர்ந்து வேட்டியை சரிசெய்து கொண்டு அவரும் வெளியே வந்தார். தேநீர் குடிக்க எண்ணி தெருவிற்கு வந்தபோது வழிப் பாட்டையில் செருகப்பட்டிருந்த ஒரு நகம் அவர் காலில் குத்தியது. கீழே குனிந்து நகத்தைப் பிடுங்கினார்.

பிடுங்கியதும் ரத்தம் பெருக்கெடுத்தது. நகத்தை வீசி எறிந்து விட்டு நடக்கத் தொடங்கினார். இரண்டு அடி எடுத்து வைப்பதற்குள் தலை சுற்றுவது போல உணர்ந்தார். நாக்கு குழறத் தொடங்கியது. நெஞ்சு அடைப்பது போல உணர்ந்தவர் மெல்ல வீட்டிற்குத் திரும்பி நடந்தார். சற்றுமுன் சாணம் மெழுகிக் கொண்டிருந்த தன் மனைவி வாயில் நுரைதள்ள வாயற்படியிலேயே விழுந்து கிடப்பதைப் பார்த்தார். சப்த நாடியும் ஒடுங்க கீழே சரிந்தார். மீதமிருந்த நகங்கள் விடியலின் வெளிச்சத்தில் இன்னும் கூடுதலாக மின்னிக் கொண்டிருந்தன.

“ஏங்க என்ன ஆச்சு?” என்று இவள் அவரைக் கேட்டபோது அவர் உடம்பு வேர்த்து நனைந்திருந்தது. உடம்பு நடுங்கிக் கொண்டு இருந்த அவரால் வாயைத் திறந்து பேச முடியவில்லை. அவள் விழிகள் தெரு வாசலையே பார்த்துக்கொண்டிருந்தன. வாசல் வெறிச்சோடி காணப்பட்டது. மீண்டும் கண்களைச் சுழற்றி பாட்டியைப் பார்த்தார். அவளையும் காணோம். இதுவரை தான் கண்டது கனவுதான் என்பதை உறுதியாக நம்பமுடியாமல் இவளைப் பார்த்தார். அவரின் நிலை இவளை மேலும் பயமுறுத்திக் கொண்டிருந்தது. சொம்பில் இருந்த தண்ணீரைக் கையில் ஊற்றி வேகமாக அவர் முகத்தில் அடித்தாள். தண்ணீரின் குளுமை அவரை மெல்ல இயல்பு நிலைக்குக் கொண்டு வந்தது. வழக்கமாக தன் மகள் படுத்துக் கொண்டு இருக்கும் இடத்தைப் பார்த்தார். அவள் இல்லாமல் வெறும் மண் தரை மட்டுமே நீண்டு கிடந்தது. வெறுமையான அந்த இடத்தை பார்க்க பார்க்க அவருக்கு மனது கனக்கத் தொடங்கியது. பயத்தில் சுவாசம் தாறுமாறாக மாறத் தொடங்கியது. அந்த நொடியில் தன்னை மிகவும் குரூரமாக அவர் உணர்ந்தார். அவர் கண்களில் இருந்து மாலை மாலையாகக் கண்ணீர் இறங்கி கன்னத்தை ஈரமாக்கியது. அவர் சிறிது நேரத்தில் தேம்பி அழ ஆரம்பித்தார். அவர் தேம்பி அழுவதைப் பார்த்த இவளுக்கும் அழுகை பீறிட்டுக் கிளம்பியது. உடைந்து அழத் தொடங்கினாள் இவள். காற்றின் போக்கில் விளக்கின் சுடர் அலைந்து கொண்டிருந்தது. அவர் சுடரையே வெறித்துப் பார்த்துக் கொண்டிருந்தார். தன் கனவில் வந்த காட்சிகள் மீண்டும் அவரது மனதில் தோன்றத் தொடங்கின. “அம்மா... அம்மா” எனும் கெஞ்சலுடன்கூடிய சன்னமான அவள் குரலை மீண்டும் துல்லியமாகக்கேட்ட

மாத்திரத்தில் மீண்டும் குலுங்கிக் குலுங்கிக் கைகளைக் கூப்பிக் கொண்டு யாரிடமோ மன்னிப்பு கேட்பது போல உடைந்து அழத் தொடங்கினார். அழுது அழுது அவர் கண்கள் சிவந்தன. தொண்டை அடைத்துக்கொண்டு குரல் கிரீச்சிடத் தொடங்கியது.

மூக்கை அடைப்பது போல உணர்ந்தார். மூக்கைச் சிந்த விரல்களை மூக்கிற்கு அருகில் கொண்டு சென்றார். அவர் விரல்களில் தேங்கி இருந்த கருவாட்டுக் குழம்பின் வாசனை பெருகி அறையெங்கும் நிரம்பியது. மறுபடியும் கண்களில் நீர் திரள அவர் அழத் தொடங்கினார். தோட்டத்தில் கட்டியிருந்த மாடுகள் கால்களை உதைத்துக் கொண்டு "மா மா" என கத்திக் கொண்டே இருந்தன.

❖❖❖

அடுத்த பட்டியலில் நிச்சயம் உங்களுக்கும் இடம் உண்டு

விருது தொடர்பாக நாடெங்கும் நிகழ்ந்து கொண்டிருக்கும் பிரச்சனைகளினால் நிலவும் அசாதாரண சூழலையும், அது எவ்வாறு ஒரு மக்கள் இயக்கமாக நடைபெற்றுக் கொண்டிருக்கிறது என்பதையும் உலகத்தின் கவனத்திற்குக் கொண்டு செல்வதன் பொருட்டு ஐரோப்பிய யூனியனில் இருந்து டாக்டர் எட்மண்ட் டாண்டஸ் தலைமையில் மூத்த பத்திரிகையாளர் குழு நம் நாட்டிற்கு வந்திறங்கியதற்கு மறுநாள் கண்டாச்சிபுரம் நகரத்தில் ஒரு பெரிய விருது வழங்கும் விழா மாண்புமிகு விருது வழங்கல் துறை அமைச்சர் தலைமையில் நடைபெற்றது. அவ்விழாவில் சுமார் இரண்டாயிரத்து முன்னூற்று நாற்பத்தேழு பயனாளிகளுக்கு அமைச்சர் நின்றுகொண்டே தன் கைப்பட விருதுகளை வழங்கி விழாப்பேருரை ஆற்றினார். நகரமக்களில் மூன்றில் இரண்டு பங்கு பேர்களுக்கு இதுவரை விருது வழங்கப்பட்டுள்ளதாக அமைச்சர் மிகுந்த ஆவேசத்தோடு பேசினார். இவ்விழா குறித்து தங்களின் ஐயங்களை எட்மண்ட் டாண்டஸ் குழுவினர் அவ்வூரின் முக்கிய பிரமுகரும் சா.கா.போ.கே. கட்சியின் ஒன்றிய செயலாளருமான திரு. பேயத்தேவர் அவர்களிடம் கேட்டனர். மாவட்ட விருது பெறுவோர் பதிவு அலுவலகத்தில் விருது வேண்டி பதிவு செய்து சரியாக ஒன்பது ஆண்டுகள் கழிந்துவிட்ட நிலையில், இன்னும் தனக்கே விருது வழங்கப்படாததன் வருத்தத்தை அவர்களுடன் பகிர்ந்து கொண்டபோது, முதன் முதலாக விருது குறித்த வழக்கை தலைமை நீதிமன்றத்தின் கவனத்திற்கு நகரமக்களின் சார்பாகக் கொண்டுசென்ற பரபரப்பேறிய அக்காலகட்டங்கள் அவருடைய மனத் திரையில் மெல்ல குமிழிட்டன. "பதிவு மூப்பு அடிப்படையில் ஒருவருக்கு விருது

அளிக்கப்படுகிறதா? கேட்பதற்கே சுவாரசியமாக இருக்கிறதே. கொஞ்சம் விரிவாக சொல்லுங்கள்" என்று டாண்டஸ் அவரிடம் கேட்டார். அவருடன் வந்திருந்த கொஞ்சம் உயரம் குறைந்த பத்திரிகையாளர் ஒலிப்பதிவு நாடாவை இயக்கத் தயாராக இருந்தார். பேயத்தேவரின் மனத் திரையில் அப்போராட்டக் காலங்கள் ஒருவித ஆக்ரோஷத்தோடு புரளத் தொடங்கின.

"பரந்துபட்ட எல்லைகளையுடைய நம் தாய்த்திரு நாட்டின் குடியுரிமையைப் பெற்ற எவருக்கும் விருது பெறும் உரிமையுண்டு" என அறிவிக்கக் கோரும் மனுமீதான விசாரணை தலைமை நீதிமன்றத்தில் தீவிரமடையத் தொடங்கியதும் கண்டாச்சிபுரம் நகர மக்கள் தங்களையும் வழக்கில் சேர்த்துக் கொள்ளுமாறு மனுசெய்தனர். அவர்களின் மனுவை உடனடியாக விசாரணைக்கு ஏற்றுக்கொண்ட நீதிமன்றத்தின் செயல்பாடு ஆட்சியாளர்கள் மத்தியிலும் அரசியல் நோக்கர்கள் மற்றும் ஊடகக்காரர்கள் மத்தியிலும் பெரும் பரபரப்பை ஏற்படுத்தியது. ஆனால் நீதிமன்றத்தின் இம்முடிவு பெரும் சீரழிவிற்கே இட்டுச் செல்லும் என்றும் விருது அளிப்பது மக்களால் தேர்ந்தெடுக்கப்பட்ட ஒரு அரசின் உரிமை என்றும் அதில் நீதிமன்றம் எவ்விதத்திலும் தலையிடமுடியாதென்றும் அரசுத் தரப்பில் கடும் ஆட்சேபம் தெரிவிக்கப்பட்டது. இருப்பினும் தலைமை நீதிமன்றம் வழக்கின் தீவிரத்தை உணர்ந்து கீழ்நீதிமன்றம் வழங்கிய தீர்ப்புக்கு இடைக் காலத் தடைவழங்க மறுத்தும் வழக்கின் முக்கியத்துவத்தை ஆராய்ந்து வழக்கை ஐந்து பேர் கொண்ட அரசியல் சாசன பெஞ்ச்சுக்கு மாற்றியும் கீழ்கண்ட சில உத்தரவுகளைப் பிறப்பித்தது.

உத்தரவு விபரம்

1. இதுவரை விருது பெற்றோர் விவரம் மற்றும் அவர்களுக்கு எந்த அடிப்படையில், யார் பரிந்துரையின் பேரில் வழங்கப்பட்டிருக்கிறது?
2. விருது தேர்வுக் குழு யாரால், எந்த அடிப்படையில் அமைக்கப்படுகிறது மற்றும் அவர்களின் கல்வி மற்றும் பிற தகுதிகள் என்னென்ன?

3. விருதுக்கு தேர்வு செய்யும் நடைமுறை வெளிப் படையாக உள்ளதா?

4. விருதுக்குத் தேர்வு செய்யப்படுவோர் அவர்களின் துறையில் செய்த சாதனைகளின் வீச்சை விருதுக்குழு தவிர்த்து கல்வியாளர்கள், அத்துறையின் அறிஞர்கள் மற்றும் அரசுசாரா கலைஞர்கள், அறிஞர் பெருமக்கள் ஆகியோர் மூலம் ஆராயப்பட்டதா? அவ்வாறு இருப்பின் அவர்களின் பெயர்பட்டியல் மற்றும் முகவரிகள் மற்றும் அவர்களின் இயங்குதளம் குறித்த விரிவான விவர அறிக்கை.

மேற்கண்ட வினாக்களுக்கு இன்னும் இரண்டு வாரத்திற்குள் பதில்மனு தாக்கல் செய்யுமாறு மத்திய மற்றும் மாநில அரசுகளின் கலாசாரத்துறைக்கு உத்தர விட்டதும் நீதிமன்றத்தில் சலசலப்பேற்பட்டது.

இருவாரங்களுக்குப் பிறகு திங்கள்கிழமை அன்று வழக்கம் போல நீதிமன்றம் கூடியதும் முதல் வழக்காக இவ்வழக்கை எடுத்துக்கொண்டது நீதிமன்றம். தலைமைநீதிபதி உள்ளிட்ட ஐந்து நீதிபதிகள் கொண்ட அரசியல் சாசன பெஞ்ச் முன் மக்களால் தேர்வு செய்யப்பட்ட அரசு தன் பதில் மனுவைத் தாக்கல் செய்தது. அதன் விவரம் பின்வருமாறு.

“மக்களால் மக்களுக்காகத் தேர்ந்தெடுக்கப்பட்டுள்ள அரசு எப்போதுமே மக்கள் நல அரசாகவே விளங்கும். அவ்விதத்தில் மக்களின் நலன் சார்ந்து எடுக்கப்படும் கொள்கை முடிவுகளை விமர்சிக்கவோ ரத்து செய்யவோ மாட்சிமைமிகுந்த தலைமை நீதிமன்றத்திற்கு உரிமையும் தகுதியும் இருப்பதாக மக்கள் நல அரசு கருதவில்லை. மேலும் யார் யாருக்கு விருதுகள் அளிக்கப்படவேண்டும் என முடிவு செய்யும் அதிகாரம் அரசுக்கு மட்டுமே இருக்கிறது என்றும் அதில் நீதிமன்றம் தலையிட முடியாதென்றும் அரசு கருதுகிறது. அரசின் பிற நலத்திட்டங்களோடு விருது வழங்குவதை இணைத்துப் பார்க்க முடியாதெனவும் அது ஒருவரின் தகுதி அடிப்படையில் வழங்கப்படுவதாகும் என்றும் மாட்சிமைமிகுந்த இந்நீதி மன்றத்தின் முன் அரசு பணிவுடன் தெரிவித்துக் கொள்கிறது. அனைவருக்கும் விருது வழங்குவது என்பது அரசின்

இறையாண்மையின் மீது தாக்குதல் தொடுப்பது போன்றது. மேலும் மக்கள் நினைப்பதையெல்லாம் ஓர் அரசு செய்தாக வேண்டும் என்ற அவசியமும் இல்லை. அவ்வாறு செயல்படுவது நிச்சயம் ஓர் மக்கள் நல அரசாக இருக்க முடியாது என்றும் தங்களின் மேலான கவனத்திற்குக் கொண்டுவருகிறோம். இறுதியாக அனைவருக்கும் விருது என்பது பெரிய சமூக சீர்கேட்டையும் அதன் தொடர்ச்சியாக சட்டம் ஒழுங்கு பிரச்சனையையும் ஏற்படுத்தக்கூடும் என்பதையும் தங்களின் கவனத்திற்குக் கொண்டுவருகிறோம். ஆகவே மேற்கண்ட விளக்கங்களின் அடிப்படையில் தகுந்த உத்தரவு பிறப்பிக்குமாறு அரசு சார்பில் வேண்டிக் கொள்கிறேன்."

அரசின் அறிக்கையைக் கூர்ந்து ஆராய்ந்த நீதிபதிகள் தங்களின் கேள்விகளை அரசு வழக்குரைஞரை நோக்கித் தொடுத்தனர். அவர்களின் முதல் கேள்வியே எதிர்தரப்பை மிகுந்த சந்தோஷத்திற்குள்ளாக்கியது. தலைமை நீதிபதியின் கேள்வி இவ்வாறு இருந்தது.

"விருது அளிப்பதில் எவ்வித பாரபட்சமும் பார்க்கப் படுவதில்லை என்றும் தகுதி ஒன்றையே அளவீடாகக் கொள்கிறோம் என்றும் அறிக்கையில் குறிப்பிட்டுள்ளீர்கள். அவ்வாறிருக்க கடந்த ஆண்டு விழுப்புரம் மாவட்டம் நல்லாப்பளையத்தைச் சேர்ந்த திரு. உத்திராபதி என்கிற அருணாசலத்திற்கு இலக்கியத்திற்கான செம்மொழிச் சீர் தொண்டர் விருதை எப்படி அளித்தீர்கள்? அவரை யார் யாரெல்லாம் பரிந்துரை செய்தார்கள்? அவர் இலக்கியத்துக்காற்றிய பங்கு என்ன?"

நீதிபதிகள் இவ்வளவு நுணுக்கமாகக் கேள்விகளைக் கேட்பார்கள் என்று அரசு வழக்குரைஞர் எதிர்பார்த் திருக்கவில்லை. நீதிமன்றத்தில் கூடியிருந்த மக்கள் அரசுத் தரப்பு வழக்குரைஞரின் பதிலுக்காக ஆவலோடு காத்திருந்தனர். தண்ணீர் புட்டியைத் திறந்து சிறிது அருந்திவிட்டு அவர் நீதிபதிகளைப் பார்த்து தனது பதிலைக் கூறத்தொடங்கினார். நீதிமன்றம் ஆழ்ந்த அமைதியில் இருந்தது.

"திரு. உத்திராபதி அவர்கள் அவ்விருதுக்குப் பெரிதும் தகுதியானவர்தான். அவர் கானாடு காத்தான் பல்கலைக்கழகத்தில் 'தமிழ் சங்கப் பாடல்களில்

மெய்யெழுத்துக்களின் தாக்கம்' என்னும் தலைப்பில் ஆய்வு செய்து முனைவர் பட்டமும், பாரிஸ் மையப் பல்கலைக் கழகத்தில் 'சிலப்பதிகாரத்தில் எதுகை மோனைகள் ஓர் ஒப்பாய்வு' எனும் தலைப்பில் ஆய்வேடு சமர்ப்பித்து முதுமுனைவர் பட்டமும் பெற்ற ஒப்பாரும் மிக்காரும் இல்லா தமிழ் அறிஞர்."

நீதிபதிகள் இடைமறித்து அவரிடம் கேட்டனர்: "அவரின் பட்டங்கள் சார்ந்து எங்களுக்கு எவ்வித ஐயமும் இல்லை. ஆனால் படைப்பிலக்கியத்திற்கான உயரிய விருதை அவருக்கு எந்த அடிப்படையில் வழங்கினீர்கள்? அவரின் ஆகச் சிறந்த படைப்புகள் எவை எவை?"

"அவரளவுக்கு இன்று தீவிரத்துடன் இயங்கும் படைப்பாளுமைகளைப் பார்ப்பது அரிது. அவரை கேள்விக்குள்ளாக்குவது தமிழ்த்தாயைக் கேள்விக்குள்ளாக்குவது போன்றது."

அரசு வழக்குரைஞர் இவ்வாறு கூறியது நீதிபதிகளிடமும் பார்வையாளர்களிடமும் மன ஊசலாட்டத்தை ஏற்படுத்தியது. மீண்டும் அரசு வழக்குரைஞர் பேச ஆரம்பித்தார். நீதிமன்றம் மீண்டும் அமைதியானது.

"அவர் இதுவரை சுமார் நூற்று ஐம்பத்தேழு நூல்களைப் படைத்துள்ளார். அதில் எண்பத்தெட்டு நாவல்களும் இருபத்தியொரு சிறுகதைத் தொகுதிகளும் அடக்கம். அந்த அளவிற்கு நீண்டு விரிந்தது அவரின் படைப்புத் திறன். கடந்த ஆண்டு அவருக்கு விருதைத் தேடித்தந்த புத்தகம் 'சிலப்பதிகாரத்தில் கண்ணகிக்கு சளி பிடித்ததற்கான அரசியல் காரணம்: பெண்ணிய நோக்கில் ஓர் ஆய்வு' எனும் மிகமுக்கியமான ஆய்வு நோக்கில் எழுதப்பட்ட நூலாகும்".

அவரை இடைமறித்து தலைமை நீதிபதி கேட்டார்: "இவரளவுக்குக் கடந்தாண்டு வேறு யாருமே எழுதவில்லையா? அவர்கள் யார் யார்? அவர்கள் விருதுக்குப் பரிசீலிக்கப்பட்டார்களா?"

"திரு. உத்திரசாமியுடன் ஆறு பேரின் பெயர்கள் விருதுக்குழுவின் பரிசீலனையில் இருந்தது. அரசு எப்போதுமே

இவ்விஷயத்தில் தலையிடுவதில்லை. கடந்த ஆண்டு இறுதிக்கட்ட பரிசீலனைக்குத் தேர்வு பெற்ற புத்தகங்களின் விவரங்களை இதோ உங்கள் முன் சமர்ப்பிக்கிறேன்” என்று கூறி மேசைமீதிருந்த ஒரு தாளை எடுத்து வாசித்தார். அவை:

1. பெ.நா. சண்முகப் பாண்டியன், ஓய்வா இருந்தா ஒரு மிஸ்டு கால் கொடுங்க இருபதாம் நூற்றாண்டின் புதினம்

2. நடுக்கோம்பை நாராயணசாமி கூந்தலில் நீர்மை கொண்ட ஐக்கம்மாவின் காதல் கதை

3. திரு (எ) கணேச செட்டியார் முப்பதே நாளில் காவியங்களைக் கட்டவிழ்ப்பு செய்வதெப்படி?

4. ஜமீன் கூடலூர் அ.வரதராசன் அந்தப் பாறைகள் வளர்ந்து கொண்டிருக்கின்றன

5. சின்னப்பையன் (எ) எத்துராசு கவுண்டர் ராம காதையில் அணிலின் பங்கு ஒரு தள ஆய்வு

6. நல்லாப்பாளயம் உத்திரசாமி, கண்ணகிக்கு சளி பிடித்ததற்கான அரசியல் காரணங்கள் பெண்ணிய நோக்கிலான ஆய்வு

அவர் நூல்களின் பெயர்களைப் படிக்கப் படிக்க நீதிமன்றத்தில் நெடிய அமைதி கவியத்தொடங்கியது. தலைமை நீதிபதிக்கு இடப்புறம் அமர்ந்திருந்த நீதிபதி அரசு வழக்குரைஞரைப் பார்த்து கேட்டார்:

“மேற்சொன்ன பட்டியலில் இருந்து ஒருவரை எப்படி தேர்வு செய்தீர்கள். அரசு அதில் ஏதேனும் ஆதிக்கம் செலுத்தியதா?”

“அரசு என்பது பாரபட்சமற்ற ஒரு ஸ்தாபனம். அதற்கு மக்கள் நலன் ஒன்றே பிரதானம். விருது யாருக்கு செல்ல வேண்டும் என்பதில் அரசு ஒருபோதும் அக்கறை கொள்வதில்லை. இப்படியெல்லாம் பிரச்சனை வரும் என்பதை முன்கூட்டியே அறிந்த அரசு இறுதிப் பட்டியலில் இருந்து விருதுக்கு ஒருவரைத் தேர்ந்தெடுக்க மூன்று கட்டங்களாக அவர்களின் திறனை ஆய்வு செய்கிறது. மேலும் தனிநபர் சார்ந்த மனச்சாய்வு அரசுக்கு எப்போதும் கிடையாது.”

அர்த்தம் புரியாமல் யோசித்த நீதிபதிகள் வழக்குரைஞரிடம், "எப்படி விளக்கமாகக் கூறுங்கள்" என்றனர்.

தொண்டையை செருமிக்கொண்டு அரசு வழக்குரைஞர் கூறத்தொடங்கினார். பார்வையாளர்கள் அவரைக் கூர்ந்து நோக்கினர்.

"இறுதி தேர்வுப் பட்டியலில் இருந்து ஒருவரைத் தேர்ந்தெடுக்க மூன்று முறைகளில் அவர்களின் திறனைச் சோதித்தே ஒருவரைத் தேர்ந்தெடுப்போம். அதற்காக ஒரு விழா ஏற்பாடு செய்யப்படும். பின்னர் இறுதிப் பட்டியலில் இருக்கும் அந்த ஆறு பேரும் விழாவிற்கு அழைக்கப்படுவர். அரங்கம் முழுவதும் பார்வையாளர்கள் நிரம்பியிருப்பர். அந்த ஆறு பேரை மூன்று குழுக்களாகப் பிரித்து முதலில் பகடையாட விடுவோம். பிறகு பகடையாட்டத்தில் வெற்றிபெறும் மூவருக்கு கால்களில் சாக்குப்பையைக் கட்டி, ஐம்பது மீட்டர் தவளை ஓட்டம் வைக்கப்படும். மேலும் அவர்கள் தாவித்தாவி ஓடிக்கொண்டே தங்களின் நாக்கால் மூக்கைத் தொடவேண்டும். அவ்வாறு ஓடியபடியே நாக்கால் மூக்கைத்தொட்டு வெற்றிபெறும் இருவர் இறுதியாக நடைபெறும் குலுக்கலில் கலந்து கொள்வர். விழாமேடையில் ஒரு குடத்தில் தேர்வு செய்யப்பட்ட இருவரின் பெயர்களும் துண்டுத் தாளில் எழுதப்பட்டு சுருட்டி போடப்பட்டிருக்கும். கூட்டத் திலிருக்கும் ஒருவர் (அவர் யாராக வேண்டுமானாலும் இருக்கலாம்) வந்து ஒரு சீட்டை எடுப்பார். அப்போது கூடக் கண்களை மூடிக்கொண்டுதான் சீட்டை எடுக்க அவர்கள் அறிவுறுத்தப்படுவார்கள். பார்வையாளர்கள் தேர்ந்தெடுக்கும் அந்த சீட்டை மேடையில் இருப்பவர்கள் படிக்கமுடியாது. கூட்டத்திலிருந்து யார் வேண்டு மென்றாலும் வந்து சீட்டை வாங்கி பெயரைப் படிக்கலாம். படிக்கப்படும் பெயருக்குத்தான் விருது அறிவிக்கப்படும். ஒருவகையில் இது மக்களுக்காக மக்களே நடுத்தும் விழாவாகும். இது போன்று மிகவும் வெளிப்படையாக விருதுக்குத் தேர்வு செய்யும் முறை நம் நாட்டில் வேறெங்குமே நடப்பதில்லை. அந்த அளவிற்கு இந்த அரசு வெளிப்படைத்தன்மையை கடைபிடிக்கிறது."

"ஒரு விருதைக் கொடுக்க இவ்வளவு கடுமையாகவா அவர்களை சோதிக்க வேண்டும்? மனித உரிமை ஆணையம் இதையெல்லாம்

வேடிக்கை பார்த்துக் கொண்டிருக்கிறதா?" என தலைமைநீதிபதி அரசு வழக்குரைஞரைப் பார்த்துக் கேட்டார்.

"ஒரு விருதை வழங்குவதற்கு முன் என்னென்ன அளவீடுகளில் அவர்களின் தகுதியை அளக்கவேண்டும் என்பதைத் தீர்மானிக்கும் உரிமை அரசுக்கு உண்டு. மேலும் இவ்விஷயத்தில் அரசின் செயல்பாட்டை விமர்சிக்கும் தகுதி நீதிமன்றத்திற்கு உண்டா எனவும் யோசிக்க வேண்டியுள்ளது" என அரசு வழக்குரைஞர் கூறினார்.

நீதிபதிகள் தீவிரமாக யோசித்துக் கொண்டிருந்தனர். நீதிமன்றத்தில் திரண்டிருந்த பார்வையாளர்கள் ஆழ்ந்த மௌனத்தோடு கூர்ந்து கவனித்துக் கொண்டிருந்தனர். நீதிபதிகளின் இருக்கைக்குக் கீழ் அமர்ந்துகொண்டு மிகத் தீவிரத்தோடு நீதிமன்றப் பணியாளர் தட்டச்சு செய்து கொண்டிருந்தார். அப்போது தலைமை நீதிபதி அரசு வழக்குரைஞரைப் பார்த்துக் கேட்டார்.

"விருது வழங்குவதில் இவ்வளவு வெளிப்படைத் தன்மையைக் கடைபிடிக்கும் உங்களின் அரசு தேர்வு செய்த இறுதி தேர்வுப் பட்டியலில் தொடர்ந்து ஐம்பத்து இரண்டு முறை எப்படி ஒருவரே இடம் பிடிக்க முடிந்தது? மேலும் கானாடுகாத்தானைச் சேர்ந்த ஒரே குடும்பத்தைச் சேர்ந்த நான்கைந்து பேர்களுக்கு மட்டும் தொடர்ந்து எப்படி விருது செல்கிறது? நடுக்கோம்பை மாவட்டம் வாழவைத்தாள்புரம் கிராமத்தைச் சேர்ந்த ஒரே குடும்பத்தில் ஐந்து தலைமுறையாக தொடர்ந்து விருது வழங்கப்பட்டு வருகிறது என கடந்த வார 'அகத்தியர்' பத்திரிகையில் ஒரு கட்டுரை வெளியிடப்பட்டுள்ளது. நீதிமன்றம் நினைத்தால் பத்திரிகை செய்தியைக் கொண்டே அரசுமீது தன்னிச்சையாக வழக்கு பதிவுசெய்ய முகாந்திரம் இருப்பதை அறிவீர்களா? எந்த பாரபட்சமும் இல்லாமல் இவை யெல்லாம் எதேச்சையாக நிகழ்கிறதா? அதை இந்நீதிமன்றம் நம்ப வேண்டும் என இந்த அரசு எண்ணுகிறதா?"

நீதிபதியின் சரமாரியான கேள்விகளைக் கண்டு அரசு வழக்குரைஞர் நிலைகுலைந்து போனார். ஆனால் அதை வெளிக்காட்டிக் கொள்ளவில்லை. வழக்கின் முடிவு எப்படி இருக்கும் என்று பார்வையாளர்கள் யோசிக்கத் தொடங்கினர்.

இவ்வழக்கு உண்மையில் அரசுக்கு விடப்பட்ட சவால் என நினைத்தனர் மக்கள். சிறிது நேரம் ஆசுவாசப்படுத்திக் கொண்ட அரசுத்தரப்பு வழக்குரைஞர் நீதிபதிகளைப் பார்த்து பதில் சொன்னார்.

"தங்களின் கேள்விகளுக்கு என்னால் தன்னிச்சையாக பதிலளிக்க முடியாது. அரசின் கருத்தை அறிந்த பின்னர்தான் என்னால் எதையும் இம்மன்றத்தில் பதிவு செய்ய இயலும். ஆகவே எனக்கு போதிய அவகாசம் அளிக்க வேண்டுமெனக் கேட்டுக் கொள்கிறேன்."

யோசித்து யோசித்து அரசுத்தரப்பு வழக்குரைஞர் பேசிய பின் தலைமை நீதிபதி அவரைப் பார்த்துப் பேசினார்.

"தொடர்ந்து கொடுக்கப்படும் அனைத்து விருதுகளையும் ஒருவர் மறுக்காமல் பெற்றுக்கொள்வதும் அவ்வாறு ஒருவருக்கே தொடர்ந்து விருது அளிப்பதைக் கடமையாகக் கொண்டுள்ள அமைப்புகளுக்கும் உண்மையில் ஏதோ மனச்சிக்கல் இருப்பதாக இந் நீதிமன்றம் எண்ணுகிறது. ஐந்துபேர் கொண்ட மனநல மருத்துவர்களின் குழுவை உடனடியாக அமைத்து ஒரு முறைக்கு மேல் விருது பெற்றவர் மற்றும் விருது கொடுத்தோர் ஆகியோர்களின் மனநிலையை ஆராய்ந்து விரிவான அறிக்கையை நான்கு வாரத்திற்குள் தாக்கல் செய்ய இந்நீதிமன்றம் உத்திரவிடுகிறது" என்று கூறி வழக்கை இருவாரங்களுக்கு ஒத்திவைத்தார்.

செய்தித்தாள் மற்றும் தொலைக்காட்சிகளில் வழக்கின் போக்கைப் பற்றிப் பலவிதமாக விவாதங்கள் தொடர்ந்து கொண்டிருந்தன. விருது சம்பந்தமாக சாதகமாகவும் பாதகமாகவும் பேச்சுகள் வந்துகொண்டே இருந்தன. வழக்கின் போக்கைத் தீவிரப்படுத்த மா.கா.தே.கா கட்சியின் பொதுச்செயலாளர் நீதிகேட்டு குமரி முதல் கோட்டை வரை பாதயாத்திரை தொடங்கினார். விருது குறித்து பொதுமக்களிடம் ஒரு புரிதலை ஏற்படுத்தவும் அதுபற்றி விமர்சிக்க அவர்களைத் தயார் படுத்தவும் இப்பாதயாத்திரை உதவும் என்று அவர் செய்தியாளர்களுக்கு அளித்த பேட்டியில் தெரிவித்தார். அதே நாளில் ஜே.கே.பி.யின் அகில இந்திய பொதுச் செயலாளர் டாக்டர் தனஞ்செய் முகோபாத்யா அவர்கள்

விருது வழங்குவதில் பிற்படுத்தப்பட்ட, தாழ்த்தப்பட்ட மற்றும் பழங்குடியின மக்களுக்குத் தொடர்ந்து மறுக்கப்பட்டு வரும் பிரதிநிதித்துவத்தைக் கண்டித்து காலவரையறையற்ற உண்ணாவிரதத்தை தேன்கனிக்கோட்டையில் தொடங்கினார். மெல்ல அரசியல் வட்டாரத்தில் விருதுக்கானப் போராட்டம் காட்டுத்தீயைப்போன்று பரவத் தொடங்கியது. தங்களின் கட்சி சார்பில் ஏதாவதொரு கருத்தைப் பதிவுசெய்ய வேண்டிய நெருக்கடி எல்லாத் தலைவர்களுக்கும் ஏற்பட்டது. சூழலில் காத்திரமாக இயங்கிக் கொண்டிருக்கும் ‘கூகை, பதியம், சல்லடை, ஓ, மற்றும் அது’ போன்ற பத்திரிகைகள் விருது குறித்தான போராட்டத்தைப் பற்றிய விரிவான கட்டுரையை வெளியிட்டிருந்தன. கூகை பத்திரிகையில் ‘மூன்றாம் உலக நாடுகளில் விருது கலாசாரம்’ எனும் தலைப்பில் டாக்டர். விரோனிகா நைரி மோல் அவர்கள் ஆங்கிலத்தில் எழுதிய விரிவான கட்டுரை கவிஞரும் சிறந்த விமர்சகருமான நுனிக்கொம்பர் அவர்களால் தமிழில் மொழிபெயர்ப்பு செய்யப்பட்டு வெளியிடப் பட்டது. இதற்கெல்லாம் ஒரு படி மேலே சென்று சல்லடைப் பத்திரிகை விருது பெறுவது நமது பிறப்புரிமை என்று தலையங்கமே எழுதி சூழலின் உஷ்ணம் தணியாமல் பார்த்துக்கொண்டது. யாப்புச் சக்கரவர்த்தி பௌரனமல்லூர் கோவேந்தன் இந்நிகழ்வுகளைப் பற்றி முழுவதும் இயற்சீர்வெண்டளையாலான ஆயிரத்து எழுநூறு பாக்கள் கொண்ட ‘விருதே விருதே நீ விலகிப்போ’ எனும் நூலை ஆளுநர் தலைமையில் மிக பிரமாண்டமாக வெளியிட்டு தன் பங்கை செவ்வனே செய்து ஆத்மதிருப்தி கொண்டார். *The cross section* எனும் ஆங்கிலப் பத்திரிகை ‘*The award goes to.....?*’ எனும் தலைப்பில் காரசாரமான கட்டுரையை வெளியிட்டு பிரச்சனையின் தீவிரத்தை அயல் நாடுகளுக்கும் கொண்டு சென்றது. சட்டமன்றம் மற்றும் நாடாளுமன்றத்தின் அவைகளில் கேள்வி நேரத்தை ஒத்திவைத்துவிட்டு இப்பிரச்சனை குறித்து விவாதிக்க வேண்டுமென பல்வேறு கட்சிகளின் உறுப்பினர்கள் சபாநாயகரின் இருக்கையருகே சென்று கோஷங்களை எழுப்பி சபை அலுவல்களை ஸ்தம்பிக்கச் செய்தனர். நாடாளுமன்றத்தின் இரு அவைகளும் இரண்டு முறை ஒத்திவைக்கப்பட்டு பின் நாள் முழுவதும் ஒத்திவைக்கப்பட்டது. மாலையில் எதிர்கட்சித் தலைவர் தலைமையில் பெருவாரியான

உறுப்பினர்கள் குடியரசுத் தலைவரைச் சந்தித்து புகார் மனு ஒன்றை அளித்தனர். மேலும் இப்பிரச்சனையில் உடனடியாக தலையிடுமாறும், பிரச்சனைக்கு நிரந்தரத் தீர்வு எட்டப்படும் வரை அரசின் சார்பில் எவ்வித விருதுகளையும் அறிவிக்க வேண்டாம் என்றும் அவரைக் கேட்டுக் கொண்டனர். இதன் தொடர்ச்சியாக தென்மாநிலங்களில் கலவரம் மூளக்கூடும் என உளவுத்துறை மத்திய அரசுக்கு அறிக்கை சமர்பித்தது. வடகிழக்கு மாநிலங்களில் நாற்பத்தெட்டு மணிநேர கடையடைப்பிற்கு பாரத ஜனநாயக வாழ்வுரிமைக் கூட்டணி அழைப்பு விடுத்தது. யாரும் எதிர்பார்க்காத அளவில் இது ஒரு தேசிய பிரச்சனையாக உருமாற்றமடைந்தது. 'தேசிய முற்போக்கு நடுநிலை கடைநிலை மற்றும் விளிம்புநிலை எழுத் தாளர்கள் கூட்டமைப்பு' பிரதமரைச் சந்தித்து இதுவரை வழங்கப் பட்ட விருதுகளையும் பட்டயங்களையும் திரும்பப் பெறவேண்டும் என்று மனு கொடுத்தது. பிரச்சனையின் தீவிரத்தை உணர்ந்த பிரதமர் அனைத்துக் கட்சிக் கூட்டத்திற்கு அழைப்பு விடுத்தார். அனைத்துக் கட்சிக் கூட்டத்தில் நீதிமன்றத்தின் தீர்ப்பைப் பொருத்து நாடாளுமன்றத்தில் அரசுக்கு சிக்கல் நேராவண்ணம் ஒரு அவசரச் சட்டத்தைப் பிறப்பிப்பது என்றும் முடிவு செய்யப்பட்டது.

அன்று மதியம் இரண்டு மணிக்கு அரசியல் சாசன பெஞ்ச் முன் மீண்டும் அவ்வழக்கு வந்தது. அப்போது தலைமைநீதிபதி முன் திருநாகேஸ்வரத்தை சேர்ந்த டாக்டர். ம.போ. பரஞ்சோதி முதலியார் அவர்கள் தன்னையும் இவ்வழக்கில் இணைத்துக் கொள்ள அனுமதிக்க வேண்டும் என்று ஒரு மனுத்தாக்கல் செய்தார். அவரிடம் தலைமை நீதிபதி சற்று கடுமையுடன் கேட்டார்.

"நீதிமன்றம் என்ன தபால் பெட்டியா? நினைத்த நேரத்தில் உங்களின் இஷ்டத்திற்கு மனுச்செய்ய? இவ்வழக்குக்கும் உங்களுக்கும் என்ன தொடர்பு இருக்கிறதென்று முதலில் சொல்லுங்கள். பிறகு முடிவு செய்யலாம், உங்களின் மனுவை ஏற்பதா அல்லது நிராகரிப்பதா என்று."

பரஞ்சோதி முதலியாருக்கு நீதிபதிகளின் கேள்வி ஒருவித பதற்றத்தை ஏற்படுத்தியது. நடுக்கத்தை வெளிக் காட்டிக்

கொள்ளாமல் அவர் நீதிபதியைப் பார்த்து கூறத் தொடங்கினார். நீதிமன்றம் அமைதியால் சூழப்பட்டிருந்தது.

"ஐயா நான் என் ஊரில் மனிதர்களின் கையைப் பார்த்து குறி சொல்பவனாக வாழ்க்கையை நடத்திக் கொண்டிருக்கிறேன். சில நாட்களுக்கு முன்பு வழக்கமாக என்னிடம் வரும் ஒரு பல்கலைக்கழகத்தின் நிறுவனர் அன்றும் குறி கேட்க வந்தார். அவரது ரேகைகளை ஆராய்ந்து இதைவிடவும் மிகப் பெரிய பொறுப்புக்கு செல்வார் என்று கூறினேன். நான் அவ்வாறு கூறிய அடுத்த இரண்டு நாட்களில் அவரை மிகப் பெரிய பொறுப்பு தேடி வந்தது. இது நடந்த சில நாட்களில் திடீரென ஒருநாள் அவரின் கார் வந்து என்னை அழைத்துக் கொண்டு சென்றது. பெரிய அரண்மனை போன்று இருந்த கட்டிடங்களுக்கு முன் நான் இறக்கி விடப்பட்டேன். அவரே நேரில் வந்து அழைத்துச் சென்றார். ஒரு அறையில் எனக்கு தங்க நிறத்திலான அங்கி மாட்டப்பட்டு, மாணவர்களும் அறிஞர் பெரு மக்களும் கூடியிருந்த அவையின் மேடைக்கு அழைத்துச் செல்லப்பட்டேன். அப்போது ஒருவர் ஒலிவாங்கியில், ஜோதிடக் கலையின் வளர்ச்சிக்காக அயராது பாடுபட்டு வரும் திரு. பரஞ்சோதி அவர்களின் சேவையைப் பாராட்டி அவருக்கு மதிப்புறு டாக்டர் பட்டத்தினை பல்கலையின் சார்பில் வழங்குவதில் மகிழ்வுகொள்கிறோம் என சொல்லச் சொல்ல எனக்கு மயக்கம் வருவதைப் போன்று இருந்தது."

பரஞ்சோதி அவர்கள் இவ்வாறு கூறியதும் அவையில் அனைவரும் சிரித்தனர். நீதிபதிகளில் ஒருவர் குறுக்கிட்டு அரசு வழக்குரைஞரைப் பார்த்துக் கேட்டார்.

"டாக்டர் பட்டங்கள் இவ்வாறுதான் வழங்கப்படுகிறதா? கொஞ்சமும் யோசனையின்றி ஏன் விருதுகளையும் பட்டங்களையும் வாரி வழங்கிக் கொண்டிருக்கிறீர்கள்? வரும் வழியில் ஆளுயர பேனரில் 'நடுக்கோம்பையே வருக' 'மலைக் கோட்டையே வருக' என்று எழுதப் பட்டிருந்ததே அது யார் கொடுத்த பட்டம்? அரசுக்கும் அதற்கும் தொடர்பிருக்கிறதா?"

நீதிபதியின் கேள்விக்கு அரசு வழக்குரைஞர், "அரசுக்கும் அதற்கும் எவ்வித தொடர்பும் இல்லை. அவையெல்லாம் பட்டங்களும் அல்ல. அவர்களாகவே தங்களின் ஊர்பெயரை

இவ்வாறு தங்களின் அடையாளமாக மாற்றிக் கொள்கின்றனர்" எனக் கூறினார். அதற்கு நீதிபதி, இதையெல்லாம் உங்கள் அரசு வேடிக்கை பார்த்துக் கொண்டிருக்கிறதா? மேலும் பட்டாசு பாலு, தோட்டா ரவி, கஞ்சித்தொட்டி குமார், மாஞ்சா வேலு எல்லாம் அவர்களாகவே வைத்துக்கொண்ட பெயர்களா அல்லது நீங்கள் அளித்த பட்டங்களா? அரசால் அவை வழங்கப் படவில்லை என்றால் அதை ஏன் பயன்படுத்த அனுமதிக்கிறீர்கள்?" என சரமாரியாகக் கேட்டார். அதற்கு அரசு வழக்குரைஞர், "அரசும் அவர்களை ஒடுக்க கடுமையான நடவடிக்கைகளை எடுத்துக் கொண்டுதான் இருக்கிறது" என்று பதில் அளித்தார். பார்வையாளர்கள் காரசாரமான விவாதத்தை அமைதியாகக் கவனித்துக் கொண்டிருந்தனர். பின்னர் தலைமை நீதிபதி, பரஞ்சோதி அவர்களைப் பார்த்து," உங்கள் கருத்துகளை சொல்லுங்கள்" என்றனர். மீண்டும் பரஞ்சோதி கூறத்தொடங்கினார்.

"எப்படி நடந்தேன், எப்படி அந்தப் பட்டத்தினை வாங்கினேன் எப்படி வீடு திரும்பினேன் என்று ஒன்றுமே புரியவில்லை. எல்லாம் வெறும் கனவுதானோ என்றும் தோன்றியது. வழிநெடுகிலும் ஜோதிட சங்கங்களின் சார்பில் எனக்கு ஆளுயரத்திற்கு டிஜிட்டல் பேனர்களை வைத்து அமர்க்களப்படுத்தியிருந்தனர். மறுநாள் காலை தினசரிகளின் செய்தியாளர்கள் என்னை பேட்டி காண என் வீட்டின் முன் திரண்டனர். இதற்கெல்லாம் முத்தாய்ப்பாக 'அதிர்வு' பத்திரிகை 'சோழிகளால் ஆன உலகம்' எனும் தலைப்பில் என் சுயசரிதையை எழுதக் கேட்டுக் கொண்டது. அவ்வளவாக எனக்கு எழுதப் படிக்கத் தெரியாது என்று நான் எவ்வளவோ மறுத்தும் அவர்கள் எழுதுங்கள் என்று அன்புக் கட்டளையிட்டனர். அப்போதுதான் இப்பட்டத்தின் மகிமையை நான் முழுவதுமாக உணர்ந்தேன். அன்றிலிருந்து அப்பட்டத்தின் தகுதிக்கேற்ப என்னை நான் பலநிலைகளிலும் உயர்த்திக் கொண்டேன். அதற்காக முதலில் நான் செய்தது, டாக்டர் பட்டம் பெற்ற ஜோதிடர் என்று என் அலுவலக மாடியில் நூறு அடியில் ஒரு பேனரை வைத்ததுதான்."

அவர் சொல்லிக் கொண்டே இருக்கும்போது நீதிபதிகளுள் ஒருவர் பொறுமையிழந்தவராக பரஞ்சோதியைப் பார்த்துக்

கேட்டார்: “நீங்கள் சொல்வதற்கும் இவ்வழக்குக்கும் என்ன சம்பந்தம் இருக்கிறது? நீதிமன்றத்தின் நேரத்தை நீங்கள் வீணடிக்கிறீர்களா?”

அவர் பதற்றத்தோடு நீதிபதிகளைப் பார்த்து மீண்டும் கூறத்தொடங்கினார். பார்வையாளர்கள் அமைதியாகப் பார்த்துக் கொண்டிருந்தனர். அரசு வழக்குரைஞர் பரஞ்சோதியின் பேச்சையும் அதற்கு நீதிபதிகளின் எதிர்வினையையும் கவனித்துக் கொண்டிருந்தார்.

“தங்களின் மன்றத்திற்குத் தவறானத் தகவலைத் தருவது என் நோக்கமல்ல. மேலும் தங்களின் மணித் துளிகள் எத்துணை முக்கியத்துவமானது என்பதை நான் உணர்ந்தே இருக்கிறேன். உயிர்பிச்சைக் கேட்டே நான் தங்களின் கதவைத் தட்டுகிறேன்.”

அதற்கு நீதிபதிகள், “சரி தெளிவாகக் கூறுங்கள்” என பரஞ்சோதியிடம் சொன்னார்கள்.

“கடந்த பத்தாம் தேதி நமது அரசு சென்ற ஆண்டுக்கான சாதனையாளர்கள் இரண்டாயிரத்து முன்னூற்று அறுபத்து நான்கு பேருக்கு ‘தங்க அன்னம்’ விருதை அறிவித்திருந்தது. அதில் ஜோதிட ஆய்வுக்காக எனக்கும் விருது அறிவிக்கப்பட்டிருந்தது. ஆரம்பத்தில் அவ்விருது எனக்கு மகிழ்ச்சியையே தந்தது. பின்னர் அரசு சார்பில் என்னைப் பற்றியும் என் ஆய்வைப் பற்றியும் சிறு சுருக்கத்தைக் கேட்டிருந்தனர். அதையும் ஒரு பல்கலையின் ஆய்வு மாணவரைக் கொண்டு எழுதி அனுப்பினேன். பின்னர் விருதுக்கு என்னைத் தயார் செய்து கொள்ளும் பொருட்டு ஏற்கனவே இவ்விருது பெற்றவர்கள் இருவரைச் சந்தித்து விருது குறித்துக் கேட்டேன். சில சோதனைகளை நடத்திய பின்பே விருதைத் தருவார்கள் என்று கூறினர். இரண்டு நாட்கள் கழித்து அரசின் முதன்மைச் செயலரிடம் இருந்து எனக்கு ஒரு கடிதம் வந்தது. அதில், வருகிற இருபத்தி இரண்டாம் தேதி நீங்கள் உரிய ஆவணங்களுடன் சேப்பாக்கம் மைதானத்தில் நடக்கவிருக்கும் மாநிலம் தழுவிய திறனறி தேர்வில் கலந்துகொள்ளக் கேட்டுக் கொள்ளப்படுகிறீர்கள். மேலும் கீழ்காணும் தேர்வுகள் உங்களுக்காக நடத்தப்பட இருக்கின்றன. அவை:

1. பார்வையாளர் ஒருவரின் ராசிக்கு கிளி எடுத்துக் கொடுக்கும் சீட்டில் இருக்கும் விவரங்களும், அவரின்

கையைப் பார்த்து நீங்கள் தெரிவிக்கும் விவரங்களும் ஒரு கணிப்பொறியில் பதியப்பட்டு உண்மையின் அடிப்படையில் மதிப்பெண் வழங்கப்படும்.

2. இன்னும் இருபது ஆண்டுகளுக்குப் பிறகு நம் அரசு ராணுவத்திற்கு எத்தனை ஆயிரம் கோடி ஒதுக்கீடு செய்யும் எனும் வினாவிற்கு நீங்கள் தரும் பதில் மூன்று பேர் கொண்ட பொருளாதார நிபுணர்களின் பதிலோடு ஒப்பீடு செய்யப்படும்.

அதன் அடிப்படையிலேயே நீங்கள் இறுதிப் பட்டியலுக்குத் தேர்வு செய்யப்படுவீர்கள். மேற்கண்ட வினாக்களுக்கு தகுந்த பதிலை தந்தால் மட்டுமே உங்களுக்கு விருது உறுதி செய்யப்படும். இல்லை எனில் நீங்கள் தகுதி நீக்கம் செயப்படுவீர்கள் என்றும் எழுதப் பட்டிருந்தது. அதைப் படித்ததும் எனக்குக் கோபம் கொப்பளித்துக் கொண்டு வந்தது. அந்தச் செயலரைத் தொலைபேசியில் தொடர்புகொண்டு என்னைப்போன்ற டாக்டர் பட்டம் பெற்ற ஆய்வாளர்களை மிகக் கேவலமாக நடத்தும் இந்த அரசின் விருது எனக்கு வேண்டாம் என்று தெரிவித்தேன். அதற்கு குரலில் எவ்வித ஏற்ற இறக்கமுமின்றி அந்த செயலர் அரசு தரும் விருதை மறுக்க உங்களுக்கு எவ்வித உரிமையு மில்லை என்று கூறிவிட்டு போனைத் துண்டித்து விட்டார். அதன் பின் நான் எவ்வளவோ முயன்றும் அவரை தொடர்பு கொள்ள முடியவில்லை. கடைசியாக நான் அவருக்கு விருதை மறுத்து விளக்கமாக ஒரு கடிதத்தை அனுப்பினேன். அந்த வாரத்தின் கடைசி நாளில் என் வீட்டிற்கு நான்கைந்து நபர்கள் உருட்டுக் கட்டைகளுடன் ஒரு காரில் வந்திறங்கினர். அதில் ஒருவன், “இங்க யார்ரா பரஞ்சோதி?” என்று மூர்க்கமாகக் கேட்டான். நாந்தான் என்று கூறி முடிக்குமுன் அவனின் உருட்டுத் தடி என் மண்டையில் இறங்கியது. “தலைவரு போனாபோவுதுன்னு விருது குடுக்குறாரு. தேவ்டியா பையா அத வேண்டாம்னு சொல்ல எம்மா தைரியம் உனக்கு? மரியாதையா குடுக்கறத வாங்கிக்க” என்று அசிங்கமாகக் கத்திவிட்டு புறப்பட்டுச் சென்றனர். மாண்பமை நீதிபதி அவர்களே ஒரு விருதை நிராகரிக்க சாதாரண ஒரு குடிமகனுக்கு உரிமை இல்லையா? என் உயிருக்கும் உடமைக்கும் எவ்விதமான பாதுகாப்பும் இல்லாத சூழலில் சாதாரணமானவர்களின்

இறுதிப் புகலிடமான இந்நீதிமன்றம்தான் தலையிட்டு அடிப் படையான மனித உரிமையை நிலைநாட்ட வேண்டும்" என்று மூச்சு வாங்கியபடியே பேசி முடித்தார் பரஞ்சோதி. அவை அமைதியில் ஆழ்ந்திருந்தது. அரசுவழக்குரைஞர் தீவிர யோசனையில் இருந்தார். அப்போது அவரைப் பார்த்து தலைமை நீதிபதி கேட்டார்.

"இங்கு என்ன காட்டாட்சியா நடைபெறுகிறது? இதையெல்லாம் நீதிமன்றம் வேடிக்கை பார்த்துக் கொண்டிருக்க வேண்டும் என நினைக்கிறீர்களா? உங்களின் செயல்பாடுகளில் நீதிமன்றம் தலையிட்டால் என்ன ஆகும் என்று தெரிந்தேதான் இவ்வாறு நடந்து கொள்கிறீர்களா? தவறுக்கு மேல் தவறு செய்கிறீர்கள். நீதிமன்றம் என்ன செய்துவிடப் போகிறது என்று நினைக்கிறீர்களா? உங்கள் அரசின் இதயம் தசையால் ஆனதா அல்லது கல்லால் ஆனதா?"

நீதிபதியின் கேள்வியின் கடுமையை உணர்ந்த அரசு வழக்குரைஞருக்கு என்ன செய்வதென்று புரியவில்லை. பார்வையாளர்கள் கூர்ந்து கவனித்துக் கொண்டிருந்தனர். அவரின் அமைதியைப் பார்த்த நீதிபதி அவரிடம் சொன்னார்.

"சர்க்காரிடம் நீங்கள்தான் எடுத்துச் சொல்ல வேண்டும். உங்களால் முடியாவிட்டால் ஒதுங்கிக் கொள்ளுங்கள். நீதிமன்றம் பார்த்துக் கொள்ளும். இதற்குமேல் நீதிமன்றம் வேடிக்கை பார்த்துக் கொண்டிருக்காது. உடனடியாக இப்பிரச்சனைக்கு ஒரு தீர்வை ஆறு வார காலத்திற்குள் நீதிமன்றத்தின் முன் சமர்ப்பியுங்கள். அதுவரை எல்லா விருதளிப்பு விழாக்களுக்கும் தடை விதித்து இந்நீதிமன்றம் உத்தரவிடுகிறது."

நீதிமன்றத்தின் கடும் கண்டனத்தை உணர்ந்த அரசு, தலைமை நீதிமன்றத்தின் ஓய்வுபெற்ற நீதிபதி யஷ்பால் திரிவேதி அவர்கள் தலைமையில் ஒரு குழுவை அமைத்து ஆறு வாரத்திற்குள் அறிக்கையை சமர்பிக்குமாறு கேட்டுக் கொண்டது. நீதிபதி யஷ்பால் திரிவேதி தலைமையிலான குழு பம்பரமெனச் சுழன்று நாடு முழுக்க மக்கள், கல்வியாளர்கள், மாணவர்கள், வணிகர்கள், ஆசிரியர்கள், அரசியல்வாதிகள், ஆன்மீக வாதிகள், திருநங்கைகள், திருடர்கள், கலகக்காரர்கள்,

வேசிகள், கந்துவட்டிக்காரர்கள், ஒப்பந்தக்காரர்கள், இடைத்தரகர்கள், கலைஞர்கள், மாதர்சங்கங்கள், பல்கலைக்கழக துணைவேந்தர்கள், ஊடகவியலாளர்கள் மற்றும் அனைத்துக் கட்சியின் தலைவர்கள் ஆகியோர்களிடம் கருத்தைக் கேட்டறிந்தனர். ஒரு தீர்க்கமான, பிரச்சனைகளுக்கு முற்றுப் புள்ளி வைக்கக்கூடிய அறிக்கையாக அது திகழ வேண்டும் என்ற முனைப்போடு அவர் அதை தயார்செய்து அரசிடம் அளித்தார். அதில் சில திருத்தங்களைச் செய்து நடைமுறைப்படுத்த அரசு ஒப்புதல் அளித்தது. பின்னர் அவ்வறிக்கையின் விவரங்களையும் அதன் மீது எடுக்கப் பட்ட நடவடிக்கைகளையும் தொகுத்து தலைமை நீதிமன்றத்தில் தாக்கல் செய்தது. ஆயிரத்து எழுநூற்று அறுபத்து நான்கு பக்கங்கள், ஐந்து தொகுதிகள், இருநூற்றுப் பதிநான்கு அட்டவைனைகள் என விரியும் அறிக்கையின் சுருக்கம் இவ்வாறு இருந்தது.

"நடைபெற்றுக் கொண்டிருக்கும் போராட்டங்கள் மற்றும் மக்கள் தொகைக்கும் அளிக்கப்படும் விருதுகளின் எண்ணிக்கைக்கும் இடையேயான மிகப் பெரிய வித்தியாசங்களைக் கவனத்தில் கொண்டு இக்குழு கீழ்கண்ட பரிந்துரைகளை அரசுக்கு வழங்குகிறது.

1. அமைச்சரவையில் கலாசாரத்துறையின் கீழ் செயல் பட்டுவரும் இத்துறையைப் பிரித்து 'விருது தேர்வுகள் மற்றும் வழங்குதல் துறை' எனும் தனி அமைச்சகத்தை ஏற்படுத்தவேண்டும். இதன் தொடர்ச்சியாக மாவட்ட வாரியாக 'மாவட்ட விருது பெறுவோர் பதிவு அலுவலகம்' தொடங்கி, விருது வேண்டுவோர் முதலில் தங்களைப் பதிவு செய்து கொள்ள வழிவகை செய்ய ஆவண செய்யப்பட வேண்டும். பதிவு செய்தவர்களுக்கு உடனே தனித்த எண்ணுடன் கூடிய புகைப்பட அடையாள அட்டை வழங்கப்பட வேண்டும். இவற்றைக் கண்காணித்து மேற்பார்வையிட துணை ஆட்சியர் அந்தஸ்துக்கு குறையாத நிலையில் மாவட்ட அளவில் பணியிடங்களை உடனடியாக ஏற்படுத்த வேண்டும். இந்தப் பதிவு மூப்பு அடிப்படையிலேயே விருது தேர்வுப் பட்டியல் தயார் செய்யப்பட வேண்டும். மேலும் அந்தப்

பட்டியலின் அடிப்படையிலேயே விருதுகளையும் வழங்க வேண்டும். தவிர்க்க இயலாத விசேஷ நேரங்களில் மட்டும் 'நேரடி எழுத்துத் தேர்வு' மூலமோ அல்லது 'தட்கால்' முறையின் மூலமோ பெறவும் வழிவகை செய்து கொள்ளலாம். ஆனால் கண்டிப்பாக இம்முறைகளில் வழங்கப்படும் விருதுகள் எக்காரணங்களைக் கொண்டும் இருபத்தைந்து சதவீதங்களுக்கு மிகைப்படாமல் பார்த்துக் கொள்ளவேண்டும்.

2. விருது வழங்குவதில் அரசு கண்டிப்பாக இடஒதுக்கீட்டைப் பின்பற்றியே ஆகவேண்டும். இடஒதுக்கீட்டின் அடிப்படையில் விருது வழங்கப்பட்டால் மட்டுமே அனைத்து நிலை மக்களுக்கும் விருது பரவலை உறுதி செய்ய இயலும்.

3. கண்டிப்பாக ஆண்டிற்கு இருமுறை மட்டுமே விருது வழங்கும் விழாவை நடத்த வேண்டும். அவை ஜனவரி மற்றும் ஜூலை மாதங்களாக இருக்கலாம். அடிக்கடி நடக்கும் விருது வழங்கும் விழாக்களால் அரசுக்கு ஏற்படும் வீண்செலவினங்கள் இதன் மூலம் கட்டுப்படுத்தப்படும்.

4. கிராம, ஒன்றிய, வட்ட, மாவட்ட மக்கள் தொகைக்கு ஏற்ப விருதுகள் ஒதுக்கீடு செய்யப்பட வேண்டும். பதிவு மூப்பு அடிப்படையில் ஒருவருக்கு ஐந்து ஆண்டுகளுக்குள்ளும், நேரடி எழுத்துத் தேர்வு மூலம் அல்லது தட்கால் முறை மூலம் ஆறு மாத காலத்திற்குள்ளும் விருது அளிக்கப்படுவதை உறுதி செய்ய வேண்டும்.

5. விருது கொடுப்பதும் பெறுவதும் பெரிதும் மனநலம் சார்ந்த பிரச்சனை என்பதால், மனநல மருத்துவர்களின் அறிக்கை அவசியமாகிறது. ஆகவே ஒரு ஒன்றியத்திற்கு ஐந்து மனநல மருத்துவர் பணியிடங்களை உடனே அரசு ஏற்படுத்திட வேண்டும்.

6. கண்டிப்பாக விருது வழங்கும் நிகழ்வுகள் அனைத்தும் ஒற்றை சாளர முறை மூலமே நடத்தப் பெறவேண்டும். நேரடியாக விருது பெற இயலாதவர்களுக்கு மட்டுமே மருத்துவச் சான்றின் பேரில் அரசு பதிவு அஞ்சல் மூலம் விருதுகளை அனுப்பிவைக்கலாம்.

7. நம் சமூகம் எழுத்தறிவில் இன்னும் பின்தங்கி இருப்பதால் விருது பெறும் நிகழ்வில் எவ்வாறு நடந்து கொள்ள வேண்டும் என்பதையும் அங்கு பின்பற்றப் படவேண்டிய உடல் முக பாவனைகளை எவ்வாறு வெளிப்படுத்த வேண்டும் என்பதையும் அறிந்துகொள்ள ஏதுவாக அரசின் சார்பில் மூன்று மாத குறுகிய கால சான்றிதழ் படிப்புகளை நடத்தலாம். மேலும் விருது பெறும் போது மேடையில் நடந்து செல்வதை, வாங்கும் போது எத்தனை டிகிரி குனிந்து வாங்குகிறார்கள் என்பதை நுட்பமாக அளவிட அயல்நாடுகளில் இருந்து கருவிகள் வாங்குவதற்கு பன்னாட்டு ஒப்பந்தப் புள்ளிகளைக் கோரலாம்.

8. வழங்கப்பட இருக்கும் விருதுகளின் தலைப்புகளை பிரபல நாளேடுகள் மற்றும் தொலைக்காட்சிகளில் அனைவரும் பார்க்கும் விதமாக வெளியிட வேண்டும். பதிவு மூப்பு மற்றும் இடஒதுக்கீடு அடிப்படையில் விருதின் தலைப்புகள் ஒதுக்கீடு செய்யப்பட வேண்டும். மேலும் விருதுகளின் தலைப்புகளை எண்கணித அமைப்பின் மூலம் மாற்றி அமைத்துக் கொள்ள மூன்று முறைகள் மட்டுமே அனுமதிக்க அரசு பரிசீலிக்க வேண்டும்.

9. எதிர்காலத்தில் விருது வேண்டிப் பதிவு செய்து கொள்ள இணையம், செல்பேசி ஆகியவற்றைப் பயன்பாட்டுக்கு கொண்டுவர அரசு பரிசீலிக்கலாம். மேலும் நடமாடும் விருது பதிவு அலுவலகத்தை ஏற்படுத்தி விருது பெறுதலை பரவலாக்கினால் சமூக அடிப்படைக் கட்டுமானத்தை இன்னும் வலுவுள்ளதாக மாற்றி அமைக்கலாம்.

10. தந்தை / தாய் இறந்து விட்டால் அவர்களுக்கு வழங்கப்பட்ட விருதுகளை அவர்களின் இரத்த சொந்தங்கள் தங்களின் பெயர்களுக்கு மாற்றிக்கொள்ளத்தக்க வகையில் சட்டத்தில் போதிய திருத்தம் செய்ய நடவடிக்கைகள் உடனே தொடங்கப்பட வேண்டும்.

11. விருது தொடர்பான போராட்டங்களில் கலந்து கொண்டு உயிர் நீத்தவர்களுக்கு சிலைகளும் மணி மண்டபங்களும் அமைத்தல், வாரிசுகளுக்குக் கருணை அடிப்படையில் விருது வழங்குதல் ஆகியவற்றுக்கு ஆவன

செய்ய வேண்டும். மேலும் போராட்டக் காலங்களில் போடப்பட்ட அனைத்து வழக்குகளையும் உடனடியாகத் திரும்பப் பெறப்பட வேண்டும்.

12. விமானம்/ரயில்/பேருந்துகளில் விருது பெற்றவர்களுக்கு தனி இருக்கைகளும், பயணச் சலுகைகளும் அளிக்கவேண்டும். மேலும் விருது பெற்றவர்களின் பிரச்சனையைப் பேசித் தீர்க்க 'மாநில விருதுபெற்றோர் நல வாரியம்' ஒன்று அத்துறையின் அமைச்சர் தலைமையில் தொடங்கப்பட வேண்டும்.

13. ஏற்கனவே வழங்கப்பட்ட விருதுகளுக்கு எப்பிரச்சனையும் நேரா வண்ணம் முன்தேதியிட்ட சட்டத்திருத்தத்தின் மூலம் அனைத்து விருதுகளையும் முறைப்படுத்தி ஆணை பிறப்பிக்க வழிவகை செய்ய வேண்டும்.

14. ஒரு சில விருதுகளைப் பெற யாரும் ஆர்வம் காட்ட முன் வரவில்லை எனில் அவ்விருதைப் பெறுவோர்க்கு மேலுமொரு விருது சிறப்புத் திட்டத்தின் கீழ் பரிசாக வழங்கப்படும் எனும் சலுகை அளிக்கப்பட வேண்டும்.

15. ஒரு விருதை ஒருவர் மூன்று முறை மட்டுமே நிராகரிக்க முடியும். நான்காவது முறை நிச்சயம் அவர் விருதைப் பெற்றே தீர வேண்டும் என்று அடிப்படை விதிகளில் திருத்தம் கொண்டுவர வேண்டும்.

16. விருது வழங்கலுக்காக ஒதுக்கீடு செய்யப்படும் நிதி முழுவதுமாக அத்துறையின் செயல்பாட்டுக்கே செலவிடப்பட வேண்டும். ஏனெனில் விருதளிப்பு என்பது ஒரு கலாச்சார நிகழ்வு. ஆகவே அத்துறைக்கு ஒதுக்கீடு செய்யப்படும் நிதி வேறெந்த காரணங்களுக்காகவும் வேறு துறைக்கு மாற்றப்படாமல் இருக்க உத்தரவாதம் அளிக்கப்பட வேண்டும்."

அறிக்கையை வாசித்த நீதிபதிகள் ஆழ்ந்து யோசித்தனர். எதிர் தரப்பு வழக்கறிஞரிடம், "இது தொடர்பாக ஏதேனும் பேச விரும்புகிறீர்களா?" என்று கேட்டனர். "அரசு இந்த அறிக்கையை எவ்வித மாற்றமும் செய்யாமல் நடைமுறைப் படுத்தவேண்டும். அதுவே எங்கள் தரப்பின் எதிர்பார்ப்பு ஆகும்" என்று அவர்

கேட்டுக் கொண்டார். அரசு வழக்குரைஞர் அவரையே உற்றுப் பார்த்துக் கொண்டிருந்தார். பார்வையாளர்களும் அமைதியாக மன்றத்தைக் கவனித்துக் கொண்டிருந்தனர். அப்போது தலைமை நீதிபதி ஓர் இடைக்காலத் தீர்ப்பை வாசிக்கத் தொடங்கினார்.

“வழக்கின் தீவிரத்தை உணர்ந்து அரசு ஓய்வு பெற்ற நீதிபதியின் அறிக்கையை அப்படியே செயல்படுத்திட வேண்டும். அனைத்தும் ஒழுங்காக நடைபெறுகிறதா என்பதை எல்லா நிலைகளிலும் கண்காணித்து தேவையான நடவடிக்கைகள் உடனுக்குடன் எடுக்கப்பட வேண்டும். மேலும் இக்குழுவின் அறிக்கை சார்ந்து எடுக்கப்பட்ட மேல் நடவடிக்கைகளின் தொகுப்பை ஓர் அறிக்கையாக எட்டு வார காலத்திற்குள் நீதிமன்றத்தில் தாக்கல் செய்யவேண்டும்” என்று கூறி வழக்கை ஒத்தி வைத்தார்.

ஓய்வு பெற்ற நீதிபதியின் தலைமையில் அமைந்த அக்குழுவின் அறிக்கையை அப்படியே நடைமுறைப் படுத்துவதாக நீதிமன்றத்தில் அரசு மனுத்தாக்கல் செய்ததைத் தொடர்ந்து அனைத்துப் போராட்டங்களும் படிப்படியாக முடிவிற்கு வந்தன. தலைவர்கள் தங்கள் உண்ணாவிரதங்களைப் பழரசம் அருந்தி முடித்துக் கொண்டனர். எதிர்கட்சித் தலைவர் நேரில் வந்து தன் ஆதரவை பிரதம அமைச்சருக்கு தெரிவித்தார். இயல்பு வாழ்க்கை மெல்லத் திரும்பத் தொடங்கியது.

இடைக்காலத் தீர்ப்பு என்னவோ நேற்றுதான் வழங்கப்பட்டது போன்று இருந்தது பேயத்தேவருக்கு. காலம் எவ்வளவு வேகமாக நகர்ந்து விடுகிறது என்று யோசித்துக் கொண்டே அவர் போராட்டக் காலங்களை விவரிக்க விவரிக்க, எட்மண்ட் டாண்டஸ் குழுவினர் அச்செய்திகளை கணினியில் பதிவு செய்து கொண்டிருந்தனர். தட்டச்சு சத்தம்தான் அவரைப் பழைய நினைவுகளில் இருந்து பிடுங்கி நிகழ்காலத்திற்குக் கொண்டு வந்தது. விருது குறித்த போராட்ட செய்திகளையும் மக்கள் இயக்கமாக நடைபெற்ற அந்நிகழ்வுகளையும் உலகின் அனைத்து மூலைகளுக்கும் டாண்டஸ் குழுவினர் உடனுக்குடன் தீவிரத்தோடு கொண்டு சென்றனர். கோடை வெயில் உக்கிரத்தோடு காய்ந்த அன்று அவர்கள் தங்களின் புறப்பாட்டிற்குத் தயாராகிக் கொண்டே, செய்தியின் கடைசிப்

பகுதியை கணினியில் பதிவு செய்துகொண்டிருந்தனர். அப்போது போராட்டத்தின் போது இருந்த சூழலின் தாக்கம் சிறிதும் குன்றாமல் செய்தி சேகரிப்பதில் இயங்கிய எட்மண்ட் டாண்டஸ் குழுவினருக்கு பத்திரிகையாளர் பிரிவில் அவ்வாண்டுக்கான சாதனை விருதான 'தங்க அன்னம்' அறிவிக்கப்பட்டிருப்பதாக தொலைக்காட்சியில் ஒரு செய்தி அறிக்கை ஓடிக்கொண்டிருந்தது. எட்மண்ட் டாண்டஸ் திரும்பி பேயத்தேவரை பார்த்தார். அந்தப் பார்வைக்கு ஆயிரமாயிரம் அர்த்தங்கள் இருப்பதாகத் தோன்றியது. பேயத்தேவர் துண்டை உதறித் தோளில் போட்டுக்கொண்டு 'தேவ்டியா பசங்க' என்று முனகிக் கொண்டே கழனியைப் பார்த்து நடக்கத் தொடங்கினார்.

பைசாசத்தின் எஞ்சிய சொற்கள்

அவர்கள் ராஜா தியேட்டரில் இறங்கி சுபலட்சுமி ஒயின்ஸ் நோக்கி நடக்கத் தொடங்கிய போது லேசாகத் தூற ஆரம்பித்தது. காலையில் கிளம்பும் போதே வானம் மேக மூட்டத்துடன் காணப்பட்டது. மழை நாளில் புதுவை மேலும் ரம்மியமாகத் தோன்றியது அவர்களுக்கு. புதுவை பேருந்து நிலையத்தில் கால் வைத்ததுமே விசுவால் அதீத குளிர்ச்சியை உணர முடிந்தது. கடற்கரைக் காற்று சில்லென வீசிக் கொண்டிருந்தது. மேகம் அடர்ந்து மழை வலுக்கும் போல இருந்த போது அவர்கள் நடையை வேகப்படுத்தினர். மழையைப் பொருட்படுத்தாது ஒருவர் கைரிக்ஷாவில் அமர்ந்து புகைத்துக்கொண்டே அவர்களைக் கடந்து சென்றார். ரிக்ஷாவில் அமர்ந்திருப்பவரையும் அதை இழுப்பவரையும் கொஞ்ச நேரம் ரமேஷ் பார்த்துக் கொண்டே நடந்தான். அவனுக்கு மனம் சங்கடமாக இருந்தது. ஆனாலும், இது போன்ற சூழலில் கைரிக்ஷாவில் பயணிப்பது சந்தோஷம் கூடியதாகத்தான் இருக்கும் என்று யோசித்துக் கொண்டே மதுக்கடையை ரமேஷும் விசுவும் அடைந்த போது மழை வலுக்க ஆரம்பித்திருந்தது.

கண்ணாடிக் கதவைத் தள்ளித் திறந்து உள்ளே நுழைந்து வழக்கமாக அமரும் இருக்கையை நோக்கிச் சென்றனர். ஏற்கெனவே அங்கு இருவர் உட்கார்ந்து மது அருந்திக் கொண்டிருந்தனர். ஒவ்வொரு மேசைக்குமாக விளக்கின் ஒளி மிகவும் துல்லியமாக அமைக்கப்பட்டிருந்தது. உள்ளிருந்து பார்ப்பவர்கள் அதை சிமெண்ட் கட்டடம் என்று சுலபத்தில் கூறிவிட முடியாதபடி மூங்கிலால் அலங்கரிக்கப்பட்டிருந்தது. இவ்வளவு நேர்த்தியாக மூங்கில் கொண்டு ஒரு குடிசை போல நிர்மாணிக்கப்பட்டிருந்தது தான் அவர்களைத் தொடர்ந்து

அங்கு வருகை தருபவர்களாக மாற்றி இருக்கக்கூடும். வழக்கமாக அமரும் மேசையின் அருகிலேயே அவர்கள் தயங்கியபடி நின்று கொண்டிருந்தனர். மேசையின் மீதிருந்த இரண்டு கோப்பைகளிலும் தங்க நிறத்திலான திரவம் கொஞ்சம் நிரப்பப்பட்டிருந்தது. அதன் அருகில் குளிர்ந்த நீர், சிறிய ஐஸ் பெட்டியில் கொஞ்சம் ஐஸ் துண்டுகள் இருந்தன. ரிக்கி மார்ட்டின் முழு பாட்டில் நடுவில் வைக்கப்பட்டிருந்தது அவர்களுக்கு ஒரு பெண்ணை நினைவூட்டுவதாக இருந்தது. எதிர் எதிராக இரண்டு சில்வர் தட்டுகளில் அளவாக நறுக்கப்பட்ட வறுத்த மாட்டிறைச்சி வைக்கப்பட்டிருந்தன. அதன் பக்கத்தில் இரண்டு சிறிய தட்டுகளில் முந்திரியும் பச்சைப் பட்டாணியும்; இன்னொரு தட்டில் ஒரு இடுக்கியும் இரண்டு முள் கரண்டியும் வைக்கப்பட்டிருந்தது. மசாலா போட்டு தயாரிக்கப்பட்டிருந்த தட்டிலிருந்த பச்சைப் பட்டாணி, இருவருக்கும் அங்கு சென்று முதன் முதலில் குடித்த நாளை ஞாபகப்படுத்திக் கொண்டிருந்தது.

அவர்கள் முதன் முதலாக அங்கு குடிக்க வந்த அன்று வெயில் கடுமையாக அடித்துக் கொண்டிருந்தது. திருமணம் போன்ற விசேஷங்களில் தான் எடுத்த நிழற் படங்களை அச்சிட வழக்கமாகப் புதுவைக்கு வரும் ரமேஷ், எப்போதும் விசுவை உடன் அழைத்து வருவது வழக்கம். அப்போதெல்லாம் பேருந்து நிலையத்திற்கு எதிரில் ஏதாவது ஒரு மதுக் கடையில் மது புட்டிகள் வாங்கி நின்றபடியே குடித்து விட்டு, அலங்கார் சலூனுக்குப் பக்கத்தில் இருக்கும் வேலூர் பீப் பிரியாணிக் கடையில் சாப்பிட்டு விட்டு வண்டி ஏறி விடுவார்கள். ஆனால், அன்று அவர்களுக்கு ஒரு உயர்தர மதுக் கூடத்திற்குச் சென்று மது அருந்த வேண்டும் எனத் தோன்றியது. அதற்குக் காரணம் அவர்களின் சாமியார் மாமா.

“டேய் குடிச்சா பிரசிரண்டு மாதிரி குடிக்கனும்டா” என்று அடிக்கடி இவர்களிடம் சொல்லிக்கொண்டே இருப்பார் அவர். அத்தை வீட்டுப் படிக்கூண்டில் எப்போதுமே விலையுயர்ந்த காலியான மது பாட்டில்கள் கிடக்கும். இவர்கள் அந்த பாட்டில்களை எடுத்து அதன் வடிவமைப்பைப் பார்த்து ஆச்சர்யப்படுவர். ஒருநாள் இவர்களைப் படிக்கூண்டு அருகே கண்ட மாமா, “என்னடா பாக்கறீங்க. எல்லாம்

சீமச் சரக்குடா தம்பிகளா” எனச் சொல்லி கண்களைச் சிமிட்டினார். அவரிடமிருந்து வந்த ஐவ்வாது வாசனை இவர்களை ஒருவித கிறக்கத்தில் ஆழ்த்தியது. முதல் முறை கடையில் நுழைந்தவுடனேயே அங்கிருந்த பணியாளரிடம் ரமேஷ், “பக்காடி ஒயிட் ரம் இருக்கா?” என்று வெடுக்கென்று கேட்டுவிட்டு, இவனைப் பார்த்துக் கண் சிமிட்டினான். அவன் கேட்ட விதம் பணியாளருக்கு சிரிப்பை ஏற்படுத்தியது.

இருக்கையில் அமர்ந்து கொஞ்சம் ஆசுவாசப்படுத்திக் கொண்ட பின்பே இருவரும் மதுக்கூடத்தை ஒரு நோட்டம் விட்டனர். ஜன்னல் திரைச்சீலைகள் காற்றில் புரள்வதை நாள் முழுக்கப் பார்த்துக் கொண்டிருக்கலாம் போல இருந்தது அவர்களுக்கு. எங்கிருந்து வருகிறது என அறிய முடியாதபடி இன்னிசை பெருகிக் கூடமெங்கும் வழிந்து கொண்டிருந்தது. இப்படிக்கூட இசையைக் கேட்டு ரசிக்க முடியும் என்று நினைத்துக்கொண்டே பணியாளர் கொண்டு வந்து வைத்த மது பாட்டிலைத் தூக்கிப் பார்த்தான் ரமேஷ். ரசனைகள் மீதெல்லாம் விசுவுக்கு அவ்வளவாக ஈடுபாடு கிடையாது. “எல்லாத்தையுமே உன்னால மட்டும்தாண்டா ரசிக்க முடியும்” என்று சொல்லிக்கொண்டே அவன் முதுகில் விசு செல்லமாகக் குத்தினான்.

பக்கத்து மேசையில் குடித்துக் கொண்டிருப்பவர்களின் லாவகத்தை உன்னிப்பாகக் கவனித்துக் கொண்டிருந்தான் ரமேஷ். தான் குடிக்கும் போது அதே லாவகத்தை மிகவும் துல்லியமாக செய்துவிட வேண்டும் என்று நினைத்துக் கொண்டான். அவர்களுக்கு எதிரில் வைக்கப்பட்டிருந்த வேலைப்பாடுகள் கொண்ட அழகான கண்ணாடிக் கோப்பையையே பார்த்துக் கொண்டிருந்தனர். அது நாள்வரை அவர்கள் மது அருந்திய சூழலை மீண்டும் ஒருமுறை நினைவு படுத்திக்கொண்டனர். அவர்களுக்குக் குமட்டிக்கொண்டு வந்தது. அந் நினைவுகளில் இருந்து மீள விசுவுக்கு உடனேயே குடிக்க வேண்டும் போல இருந்தது. அழகிய கோப்பையில் நீர் போலவே இருந்த மதுவை ஊற்றினான். கண்ணாடிக் கோப்பையில் மது இருப்பது போலவே தெரியவில்லை. அதைப் பார்த்துக்கொண்டே, “ங்கோத்தா பச்ச தண்ணி மாதிரி இல்ல இருக்கு” என ஆர்வ மிகுதியில் சொன்னான். பிளாஸ்டிக் பாட்டிலில்

இருந்த குளிர்ந்த நீரைக் கோப்பையில் ஊற்றினான். பக்கத்து இருக்கையில் அமர்ந்திருந்த குறுந்தாடிக்காரர் ஐஸ் துண்டை எடுத்துக் கோப்பையில் போட்டுக் கலக்குவதைப் பார்த்தனர். நான்கைந்து ஐஸ் துண்டுகளை அள்ளிக் கோப்பையில் ரமேஷ் போட்டான். கோப்பையினுள்ளே இருந்த மது வழிந்து கீழே சிந்திக் கொண்டிருந்தது. அவன் என்ன செய்கிறான் என்று பார்த்துக் கொண்டிருந்த விசு அவன் கோப்பையில் இருந்து வெளியில் வழியும் மதுவைப் பார்த்துவிட்டு சிரித்துக்கொண்டே தலையில் தட்டிக்கொண்டான்.

எதிரில் இருப்பவர் இவர்களைப் பார்த்து சிரித்து விட்டு தலையை வேறு பக்கம் திருப்பிக் கொண்டார். அதைப் பார்த்த இவர்களுக்கு அசிங்கமாக இருந்தது. விசு இந்த முறை ஐஸ் துண்டை வெகு லாவகமாக எடுத்து தன் கோப்பையில் போட்டுவிட்டு அவனைப் பார்த்தான். அவன் நன்கு வறுக்கப்பட்டு அழகாகத் தட்டில் பரப்பப்பட்டிருந்த மாட்டிறைச்சியையே பார்த்துக் கொண்டிருந்தான். அடுத்த முறை மிகத் தேர்ந்த குடிகாரனைப் போன்று மாறிவிட வேண்டும் என நினைத்துக் கொண்டே கோப்பையை எடுத்து கண்களை மூடி ஒரே மடக்கில் குடித்துக் கீழே வைத்தான். பின் ஒரு துண்டு மாட்டிறைச்சியை எடுத்து வாயில் போட்டு மெல்லத் தொடங்கினான். பக்கத்து இருக்கை குறுந்தாடிக்காரர் மதுக் கோப்பையை எடுத்துக்கொண்டு இவர்களின் இருக்கைக்கு அருகில் வந்து, இவர்களைப் பார்த்து சிரித்தபடியே இருக்கையில் அமர்ந்தார்.

இவர்கள் இருவரும் ஆஜானுபாகுவாக இருந்த அவரின் பூனைக்கண்களையே பார்த்துக் கொண்டிருந்தனர். அரைக்கால் சட்டையுடன்கூட மதுக் கூடத்திற்கு வந்து மது அருந்த முடியும் என்று அவரைப் பார்த்த பின்பு இவர்கள் தெரிந்து கொண்டனர். முகத்தில் புன்னகையைப் படரவிட்டபடியே, “நீங்க தமிழ்நாடா?” என்று இவர்களைப் பார்த்துக் கேட்டார். இவர்கள் ஆமாம் என்பதுபோல தலையாட்டினர். “நா நெனைச்சேன்” என மறுபடியும் சிரித்துக் கொண்டே சொன்னார். இவர்களுக்கு அசிங்கமாக இருந்தது. மீண்டும் அவர் கோப்பையை எடுத்து ஒரு மிடறைப் பருகி விட்டு அவர்களிடம் கேட்டார்: “விஷத்தையா குடிக்கறீங்க?” அவர் வெடுக்கென

இப்படி கேட்பார் என இவர்கள் நினைத்திருக்கவில்லை. சிறிது நேரம் அமைதியாக இருந்தனர். அவர் இவர்களைப் பார்த்து, "பொதுவா விஷத்தைதான் கண்ண மூடிக்கினு ஒரே மடக்கில் குடிப்பாங்கனு கேள்விப்பட்டிருக்கேன். ஆனா நீங்க என்னடானா..." என்று இழுத்தார். தாங்கள் குடிக்கும் விதத்தை மறுபடியும் இவர்கள் நினைத்துப் பார்த்தனர். விஷம் போலத்தான் குடிக்கிறோம் என்று புரிந்தது. மதுவை மிடறு மிடறாகத்தான் அருந்த வேண்டும் என்று அப்போது அவர்களால் தெளிவாக உணரமுடிந்தது. அவரைப் பார்த்து புன்னகைக்க வேண்டும் போல இருந்தது இவர்களுக்கு. கொஞ்ச நேரம் கழித்துக் கையை அசைத்தபடியே அவர் எழுந்து சென்றார். இவர்கள் முள் கரண்டியை எடுத்து, தட்டில் இருந்த கறியைக் குத்தி வாயில் போட்டு சாப்பிட ஆரம்பித்தனர். சாப்பிடும் போது சத்தம் வரக்கூடாது என்பதில் ரமேஷ் மிகவும் கவனமாக இருந்ததை உணரமுடிந்தது.

"ரமேஷ் சார் ஏன் நின்னுட்டு இருக்கீங்க?" என்று பணியாளர் கேட்டவுடன்தான் நினைவு திரும்பி இயல்பிற்கு வர முடிந்தது இவனால். "விசு சார் வரலியா?" என்று அவர் கேட்கவும் இவனுக்கு தன்னுடன் இங்கு நின்று கொண்டிருந்த விசுவின் சிந்தனையே வந்தது. தெற்கு ஓரம் வைக்கப்பட்டிருந்த வாஷ்பேசினில் கையை அலம்பிவிட்டு அப்போதுதான் விசு அவர்களை நோக்கி வந்துகொண்டிருந்தான். "உங்கள தான் சார் தேடிட்டு இருந்தேன்" என்று விசுவிடம் சொல்லிக் கொண்டே பக்கத்து இருக்கையில் அமர்ந்து குடித்துக் கொண்டிருந்தவருக்கு சிகரெட் எடுத்துக் கொடுத்தான் பணியாள். பின் இவர்கள் பக்கம் திரும்பி, "சார் இந்த முறை மட்டும் அட்ஜஸ் பண்ணிக்கிங்க" என்று சொல்லிவிட்டு இவர்கள் அமர மேசையைத் தயார் செய்யத் தொடங்கினான். வெளியில் மழை வேகத்தோடு சுழன்று சுழன்று பெய்து கொண்டிருந்தது.

மேசை தயார் ஆனதும் இவர்கள் அமர்ந்தனர். விசு, தம்ளரில் இருந்த தண்ணீரை எடுத்து கொஞ்சம் குடித்து விட்டுப் பணியாளரிடம், "மவுண்ட் கேஸ்டில் இருந்தா ஒரு ஆப் கொடுங்களேன்" என்றான். அவன் சரி என்பது போல தலையாட்டிவிட்டு, "சார் சைட் டிஷ்" என்று கேட்டான்.

"என்ன இருக்கு?" என்று ரமேஷ் கேட்டான். "ஒயிட் போர்க் ரெடியா இருக்கு சார்" என்று அவன் கூறினான். "நெறைய பெப்பர் போட்டு ஒரு பிளேட் கொண்டு வாங்க" என்று விசு அவரிடம் சொல்லி விட்டு மேசையில் வைத்திருந்த விலைப் பட்டியலைப் புரட்டத் தொடங்கினான். புதுப் புது உணவு வகைகள் மற்றும் அவற்றின் பெயர்களின் மீது அவனுக்கு எப்போதுமே ஒரு ஈர்ப்பு இருக்கவே செய்தது. ரமேஷ் சிறிய கிண்ணத்தில் வைக்கப்பட்டிருந்த வறுத்த மணிலா பயிறை எடுத்து வாயில் போட்டு மெல்லத் தொடங்கினான். ஒவ்வொரு பக்கமாகப் புரட்டிப் புரட்டி விதவிதமான மதுவகையின் பெயர்களையும் உணவின் பெயர்களையும் ஆர்வத்தோடு படித்துக் கொண்டிருந்தான் விசு. அப்போது இவனுக்குக் கொஞ்சம் தள்ளி அமர்ந்திருந்தவன் மேசை மீதிருந்த மதுப் புட்டியைப் பார்த்தபடியே, "ன்ங்கோத்தா எவ்ளோ அடிச்சாலும் ஏற மாட்டுகிது" என குழறிக் குழறிப் பேசிக் கொண்டிருந்தான். அவன் உளறலைக் கேட்ட விசுவின் நினைவுகள் பின்னோக்கிச் சுழலத் தொடங்கின.

***

மூலநோய் அவனை பாடாய் படுத்திய நாட்கள் அவை. மலம் கழிக்கவே அச்சப்பட்ட நாட்களாக இருந்தன. நண்பர்களுடன் வீரங்கிபுரம் ஏரிக்குச் செல்லும் அவன் மலம் கழிக்க அமர்ந்தால் மீண்டும் எழுந்து வர குறைந்தது அரை மணி நேரமாவது ஆகும். முகத்தை இறுக்கமாக்கிக் கொண்டு அவன் சிரமப்படுவதைப் பார்க்கவே சங்கடமாக இருக்கும். மலம் கழித்து முடித்தவுடன் வெளிவரும் ரத்தத்தை முதல் முறை கண்டபோது அவனுக்கு பயமாக இருந்தது. நாளாக நாளாக அதற்கு அவன் பழகிக்கொண்டான். மலம் கழித்து முடித்து கால் கழுவும் போது அவன் எழுப்பும் சத்தம் சினம் கொண்ட நாகம் எழுப்பும் சத்தம் போலவே இருக்கும். பல கை வைத்தியங்கள் செய்து பார்த்தான். கற்றாழை சாப்பிட்டிருக்கிறான். படுக்கச் செல்லும் முன் வெந்தயப் பொடியை விழுங்கி இருக்கிறான். ஆங்கில மருத்துவர்கள் வழங்கிய பல மலமிலக்கிகளை எடுத்துக் கொண்டிருக்கிறான். இரண்டு மூன்று நாட்கள் கழித்து மீண்டும் பழையபடியே மூலநோய் தன் முகத்தைக் காட்டத் தொடங்கியிருக்கும். எப்போதும் அவன் பலவீன

மாகவே இருக்கத் தொடங்கினான். சிலர் அறுவை சிகிச்சை செய்துகொள்ளச் சொல்லி அவனுக்கு சில மருத்துவர்களின் பெயர்களைக் கொடுத்தனர். ஆனால், சிலர் அறுவைச் சிகிச்சை வேண்டாம் என்று கூறினர். என்னதான் அறுவை சிகிச்சை செய்தாலும் மறுபடியும் மறுபடியும் மூலம் வளரும் என்று அவனிடம் கூறினர். அதனால், அவனுக்கு அறுவை சிகிச்சை செய்துகொள்ள பயமாகவும் இருந்தது.

அவனுடைய நண்பர்கள் அவனை 'மூலம்' என்றே கூப்பிடத் தொடங்கி இருந்தனர். அவர்கள் அப்படி அழைப்பது ஆரம்பத்தில் அவனுக்கு மிகவும் சங்கடமாகவே இருந்தது. தொடர்ந்து அவர்கள் அவ்வாறே கூப்பிடவும் இவனுக்கும் பழகிப்போனது. அன்றும் வழக்கம்போல அவர்கள் தேநீர் அருந்திக் கொண்டிருந்தபோது, அவனைக் காட்டி, "என்னடா மூலம் இவ்ளோ சூடா டீ குடிக்கிது; பின்னாடி இருக்கிற ரெட்லைட் வெடிச்சிடப் போவுது" என தென்னரசு கிண்டலாகச் சொன்னார். அவர் அவ்வாறு கேட்டதை அருகில் தேநீர் அருந்திக் கொண்டிருந்த தாண்டவராயன் மாமா பார்த்துக் கொண்டிருந்தார். அன்று மாலை வீட்டுக்கு வந்தபோது, "ஏங்கா தம்பிய மூலம்னு கூப்பிடறாங்க?" என்று அவன் அம்மாவிடம் அவர் கேட்டார். அம்மா ஆரம்பத்திலிருந்தே கதையைத் தொடங்கி விலாவாரியாக சொல்லி முடித்தாள். அவர் அவனை ஏற இறங்கப் பார்த்தார். இதுதான் பிரச்சினையா என்று கேட்பதுபோல் இருந்தது அவரது பார்வை. "நத்தை பஷ்பம் சாப்ட்டிருக்கியா?" என்று அவர் அவனைப் பார்த்துக் கேட்டார். "நத்தை பஷ்பம்னா என்ன?" என்று அவன் திரும்பக் கேட்டான். அவனுக்கு அது பற்றி ஒன்றும் தெரிந்திருக்கவில்லை. அது குறித்த அறிவு அவனுக்கு இல்லை என அவர் உணர்ந்த பின் அவர் தோரணை சற்று மாற்றம் கொள்ளத் தொடங்கியது. தன்னை குரு ஸ்தானத்தில் இருத்திக் கொண்டு, "அது ஒரு மருந்து தம்பி. நாட்டு மருந்துக் கடையில கெடைக்கும். வாங்கி சாப்பிட்டு பாரு. மூலம் கையால புடிச்ச மாதிரி அப்படியே நிக்கும்" என்று நிறுத்தி தெளிவாகக் கூறினார்.

வலியில் இருந்து மீளப் போகிறோம் என்று நினைக்கவே அவனுக்கு சந்தோஷமாக இருந்தது. "எங்க கெடைக்கும்?" என்றான். "எல்லா நாட்டு மருந்து கடையிலும் இருக்கும்

தம்பி” என்றார் அவர். “நம்ம தனகோட்டி செட்டியார் கடையில கெடைக்குமா?” என்று மறுபடியும் கேட்டான். அவர் கிடைக்காது எனும் விதமாக உதட்டைப் பிதுக்கிக் காண்பித்தார். அதன் பிறகு யாரிடம் பேசினாலும் நத்தை பஷ்பத்தைப் பற்றி விசாரிக்கத் தொடங்கினான். யாரிடமிருந்தும் அவனுக்கு சரியான பதில் கிடைக்கவில்லை. மனம் சோர்வடையத் தொடங்கினான். ஆனாலும், எப்படியாவது நத்தைப் பஷ்பத்தை சாப்பிட்டே தீர்வது என்று தொடர்ந்து விசாரிக்கத் தொடங்கினான். “இங்கலாம் எங்கேயும் கெடைக்காதுடா விசு. வேலூர் பக்கத்துல ஆத்துவாம் பாடில ஒரு வீட்ல கொடுக் கறாங்க” என்று சொல்லி விட்டு, “நத்தை பஷ்பத்துக்கு போயி எதுக்கு இம்புட்டு மெனக்கிடற; பேசாம நத்தைய புடிச்சி வறுத்து கொடுக்கச் சொல்லி சாப்புடுறா. கையால புடிச்ச மாதிரி நிக்கும்” என்று சொல்லிவிட்டு அவனை ஊடுருவிப் பார்த்தார், தாண்டவராயன் மாமா. அவன் மனதில் நத்தைகள் மெல்ல ஊர்ந்து கொண்டிருந்தன. அவை பாம்புக்கு தண்ணீர் கொண்டு செல்கின்றன என்று இளம் வயதில் அம்மா கூறியது இன்னும் அவன் காதில் ஒலித்துக் கொண்டிருந்தது. தனக்கு நத்தைக் கறி வேண்டும் என்று அவன் தன் தாய் வழிப் பாட்டியிடம் கூறினான். அவள் தான் எப்பொழுது பார்த்தாலும் வாயிலே கதியாகக் கிடப்பவள். “பார்வை வேற மசண்டலா இருக்கு. இந்த வயசுல என்னால எப்பிடிடா நத்தை புடிக்க முடியும்?” என்று இவனிடம் கேட்டாள். சிறிது நேரம் கழித்து அவளே, “போயி சித்திகிட்ட சொல்லுடா; அவ புடிச்சிட்டு வந்து தருவா” என்று சொன்னாள். எப்படியாவது வலியில் இருந்து மீண்டால் போதும் என்று இருந்தது அவனுக்கு. சைக்கிளை எடுத்துக்கொண்டு வீரங்கிபுரத்தில் இருக்கும் தன் சித்தி வீட்டிற்குச் சென்றான்.

இவன் சித்தி வீட்டை அடையும்போது அவள் குழம்பு கூட்டிக் கொண்டிருந்தாள். இவன் சைக்கிளை நிறுத்தவும் அவள் எழுந்து நெற்றி வியர்வையைத் துடைத்துக் கொண்டு இவனை வரவேற்கவும் சரியாக இருந்தது. குடிக்க தண்ணீர் கொடுத்தாள். உட்கார்வதற்குத் தரையில் பாயை விரித்துப் போட்டாள். பாய், தலையணை மற்றும் போர்வைகள் இருந்த பரண் புகை படிந்து கருப்பாக மாறி இருந்தது. “இப்பதான் சித்தி வீட்டுக்கு உனக்கு வழி தெரியுதாக்கும்?” என்று இவனிடம்

கேட்டாள். அவள் கேள்விக்கு எப்படி பதில் சொல்வதென்று இவனுக்குத் தெரியவில்லை. அமைதியாக இருந்தான். அடுப்பில் தீ கொழுந்துவிட்டு எரிந்து கொண்டிருந்தது. "சித்தப்பாவ எங்க காணோம்?" என்று கேட்டான். "எங்க போயி இருக்கும், குடிக்கத்தான்" என்று அலுப்புடன் சொன்னாள். ஏன் கேட்டோம் என்று இருந்தது இவனுக்கு. தட்டில் அரிந்து வைத்திருந்த காய்கறிகளை எடுத்து குழம்புச் சட்டியில் போட்டு வதக்கத் தொடங்கினாள். தெருவில் நின்றிருந்த தென்னைக் காற்றின் போக்கிற்கேற்ப சாய்ந்து ஆடிக் கொண்டிருந்தது. ஒடிந்து விழுந்து விடுமோ என்று அச்சமாக இருந்தது இவனுக்கு. நார்க் கட்டில் ஓரத்தில் இருந்த வேப்ப மரத்தில் கட்டப்பட்டிருந்த ஆட்டின் காலடியில் அதன் குட்டி படுத்துக் கொண்டிருந்தது. அதைப் பார்த்ததும் சித்திக்கும் குழந்தை இல்லை எனும் நினைவு இவனுள் தோன்றியது. அடுப்படியில் இருந்த அவளைப் பார்த்தான். குழந்தை இல்லை எனும் துயரம் அவள் முகம் முழுக்க வரிவரியாக படர்ந்து கிடப்பதாகத் தோன்றியது அவனுக்கு. "ஏன் சித்தி இன்னும் உனக்கு தம்பி பாப்பா பொறக்கல?" என்று சின்ன வயதில் இவன் கேட்டு அம்மாவிடம் அடி வாங்கியது ஞாபகத்திற்கு வந்து சென்றது. நார்க் கட்டிலை எடுத்துப்போட்டு இவன் அமர்ந்து கொண்டான். சமையல் செய்தபின் குளித்து விட்டு இவன் பக்கத்தில் வந்து அமர்ந்து கொண்டாள் அவள். அவள் மேலிருந்து கசிந்த சோப்பு வாசனை அவன் மூக்கை ஊடுருவிச் சென்றது. இவன் தலையை வருடிக்கொண்டே, "அடிக்கடி வந்துட்டு போயேன்டா" என்று சொன்னாள். இவன் சரி என்பது போல தலையாட்டினான். "சித்தி எனக்கு நத்தை வேணும்" என்று அவளைப் பார்த்துக் கொண்டே சொன்னான். "இதுக்கு தான் வந்தயா? நா என்னைதான் பாக்க வந்தயோனு நெனைச்சேன்டா" என்றாள். அவள் அப்படி கேட்டது இவனுக்கு சங்கடமாக இருந்தது. அவன் முகம் மாறுவதை உணர்ந்த இவள், "சும்மா சொன்னேன்டா, கஷ்டப்படாத" என்று அவனிடம் சொன்னாள். காற்று சில்லென வீச ஆரம்பித்திருந்தது. "இன்னுமா அது சரியாவல?" என்று கேட்டுவிட்டு, "நத்தைய புடிச்சி வறுத்து தரேன். சாப்பிட்டுட்டு சரியான பெறவு போலாம்" என்று அவனைப் பார்த்து சொன்னாள். அவனுக்கு அங்கு தங்குவதென்றாலேயே

எட்டியாக கசக்கும். எந்நேரமும் சிடுசிடுவென முகத்தை வைத்திருக்கும் சித்தப்பாவின் முகம் வேறு அவன் நினைவில் வந்து சென்றது. அவன் தயங்கியபடியே, “நத்தைய புடிச்சி குடு சித்தி. வீட்டுக்குப் போனா அம்மா செஞ்சி கொடுக்கும்” என்று அவளிடம் சொன்னதும், “யாரு உங்கம்மாவா செஞ்சி கொடுக்கும்?” என்று அவள் நக்கலாக அவனிடம் கேட்டாள். பின் அவனிடம், “நானே பதமா செஞ்சி தரேன். ஒரு நாள் இருந்து சாப்டுட்டு போடா” என்று சொன்னாள். அவன் சரி என்பது போல தலையாட்டினான்.

தள்ளாடிக்கொண்டே சித்தப்பா வீடு திரும்பியபோது, இவன் சாப்பிட்டு விட்டுக் கட்டிலில் படுத்து உறங்க ஆரம் பித்திருந்தான். அவர் யாரையோ கெட்ட வார்த்தைகளால் திட்டிக்கொண்டே வந்தார். அடுப்படியில் அப்படியே அமர்ந்தார். கட்டிலை உற்றுப் பார்த்துவிட்டு இவளைப் பார்த்தார். “விசு வந்திருக்கான்” என்று பதில் சொல்லிவிட்டு, சாப்பிடத் தட்டை எடுத்து வைத்தாள். அவர் மீது சாராய நெடி வீசிக் கொண்டிருந்தது. சாதத்தைப் போட்டுக் குழம்பை ஊற்றக் குனிந்தவளுக்கு சாராய நெடி குப்பென்று அடித்தது. அவளுக்கு குமட்டிக் கொண்டு வருவது போல இருந்தது. கீழும் மேலுமாக சாதத்தை சிந்திக்கொண்டே சாப்பிட்டு முடித்தார். வாசலில் போடப்பட்டிருந்த பாயில் போய் படுத்துக்கொண்டார். இவள் சாப்பிட்டு பாத்திரங்களை எடுத்து வைத்துவிட்டு உள்ளே சென்று படுத்துக் கொண்டாள். இரவு விளக்கு மங்கலாக எரிந்து கொண்டிருந்தது. அசதியில் படுத்தவுடன் கண்கள் செருக ஆரம்பித்தன அவளுக்கு.

மறுநாள் அதிகாலையில் எழுந்து வீட்டு வேலைகளை அவள் முடித்த பின்பே விசு எழுந்தான். சிறிது நேரம் கட்டிலில் அப்படியே அமர்ந்து கொண்டிருந்தான். அவள் காபி போட்டு எடுத்து வந்து அவனுக்குக் குடிக்கக் கொடுத்தாள். அவர் தேநீர் குடிக்க தெரு முக்கிற்குச் சென்று விட்டிருந்தார். “சித்தப்பாவை பாக்கவே முடியல” என்று அவளிடம் சிரித்துக் கொண்டே கூறினான். அவனுக்கு சாப்பாடு எடுத்து வைத்துவிட்டு ஆட்டை அவிழ்த்து கையில் பிடித்துக் கொண்டு கழனி நோக்கி நடக்கத் தொடங்கினாள். எப்போது இங்கு வந்தாலும் பகல் முழுக்க வீட்டில் தனியே அடைந்து கிடக்க வேண்டியதுதான் என்று

மனதுக்குள் முனகிக்கொண்டே எழுந்து குளிக்கச் சென்றான். அப்போது அவர் தேநீர் அருந்திவிட்டு வீட்டிற்கு வந்து டீசல் கேனையும் பெல்ட்டையும் எடுத்துக்கொண்டு கழனிக்குப் புறப்பட்டார். இவனைப் பார்த்து ஒரு சிரிப்பு. அவ்வளவுதான் அவரிடமிருந்து வரும். வேறெதுவும் பேசமாட்டார் என்பது அவனுக்கும் தெரியும். “அவுங்க வூட்டு ஜெனத்த மட்டும் உழுந்து உழுந்து கவனிக்கிறாங்க அந்த ஆளு” என்று சித்தி அம்மாவிடம் அடிக்கடி முறையிடுவாள். அவள் சொல்வதை அம்மா எப்போதும் காதில் வாங்கிக் கொள்வதே இல்லை. ஆனால், தலையை மட்டும் ஆட்டிக்கொண்டே இருப்பாள்.

பகல் முழுக்க தனியாளாக இவன் நேரத்தைக் கடத்த பெரிதும் சிரமப்பட்டான். தெருவில் மாடுகள் மேய்ந்து விட்டுத் திரும்பிக் கொண்டிருந்த போது அவள் வீட்டிற்கு வந்தாள். ஆட்டை வேம்படியில் கட்டினாள். அவசர அவசரமாக உலை வைத்து சாதம் வடித்தாள். கஞ்சித் தண்ணீரில் உப்பைப் போட்டு ஆற்றி இவனுக்குக் குடிக்கக் கொடுத்தாள். அவளும் குடித்தாள். பின் கொண்டு வந்திருந்த நத்தைகளை சட்டியில் போட்டு நன்கு கொதிக்க வைத்து, கறியை மட்டும் பிரித்தெடுத்து விட்டு ஓட்டை அப்புறப்படுத்தினாள். காரம் அதிகம் இல்லாமல் சட்டியிலேயே வறுத்தெடுத்து தட்டில் வைத்தாள். நத்தைக் கறியின் மணம் எங்கும் பரவிக் கொண்டிருந்தது. அதுவரை நத்தையை சாப்பிட்டதில்லை என்பதால் எப்படி சாப்பிடுவது என்று யோசித்துக் கொண்டிருந்தான். வேலைகளை முடித்துக் குளித்து விட்டு அவள் வந்தபோது சித்தப்பாவும் வந்து விட்டிருந்தார். சாராயக் கடைக்கு போய்விட்டு அதற்குள்ளாகவா வந்துவிட முடியும் என்று இவன் யோசித்தான். அவனுக்கு தட்டில் சாதத்தைப் போட்டு, நத்தை வறுவலை எடுத்து சாதத்தின் மீது போட்டாள். அவன் பிசைந்து உண்ணத் தொடங்கினான். “ஏங்க நத்த செஞ்சிக்கிறேன் சாப்பிடறீங்களா?” என்று அவரைப் பார்த்துக் கேட்டாள். வேண்டாம் என்பதுபோல அவர் தலை ஆட்டிவிட்டு திரும்பி நடக்கத் தொடங்கினார். சிரித்துக் கொண்டே அவனுக்கு வாஞ்சையுடன் சாப்பாடு எடுத்து வைக்கும் அவள் முகம் அவரை மிகவும் சங்கடப்படுத்திக் கொண்டிருந்தது. தன்னிடம் ஏன் அவள் அப்படி நடந்து கொள்வதில்லை என்று எண்ணிக் கொண்டே பெருமூச்சை வெளிப்படுத்தினார். “நத்தை நல்லா இருக்காடா” என்று அவள்

விசுவின் தலையைத் தடவிக் கொண்டே கேட்டது அவருள் சந்தேகத்தின் சரடில் முறுக்கையேற்றியது. அப்போது விசுவின் மீதும் ஏனோ அவருக்கு ஆத்திரம் பொங்கியது. சாராயக்கடை நோக்கிச் செல்லும் பாதையில் அவர் வேகமாக நடக்கத் தொடங்கினார்.

சாப்பிட்டு முடித்து கை அலம்பிக் கொண்டு இவன் கட்டிலில் அமர்ந்து கொண்டான். அவள் வேலைகளை முடித்துக்கொண்டு சாப்பிட உட்கார்ந்தாள். சாதத்தையும் குழம்பையும் பிசைந்து சாப்பிடத் தொடங்கினாள். மீதமிருந்த நத்தையில் கொஞ்சம் எடுத்துக்கொண்டு அவருக்கும் வைத்தாள். அளந்து அளந்து ருசியாக சாப்பாடு செய்திருக்கும் தன் சித்தியையே பார்த்துக் கொண்டிருந்தான் அவன். அவள் சாப்பிட்டு விட்டு, "நீ படுத்து தூங்குடா. எனக்கு அசதியா இருக்கு" என்று சொல்லி விட்டு உள்ளே சென்று பாயை விரித்து படுத்துக் கொண்டாள். வெகுநேரம் கழித்து வந்த அவர் தட்டை எடுத்து சாதத்தைப் போட்டுக் குழம்பை ஊற்றினார். தொட்டுக்கொள்ள ஏதாவது இருக்கிறதா என்று பாத்திரங்களைத் திறந்து பார்த்தார். ஒரு கிண்ணத்தில் கொஞ்சம் நத்தை வறுவல் இருந்தது. அதைப் பார்த்ததும் அவர் மனம் எரிச்சல் அடைந்தது. அவள் மீது ஆத்திரம் ஏற்பட்டது. ஒருவித சங்கடத்துடன் சாப்பாட்டைப் போட்டு சாப்பிட்டுவிட்டு வெளியில் போட்டிருந்த பாயில் படுத்துக்கொண்டார்.

இவன் தூக்கம் வராமல் கட்டிலில் புரண்டுகொண்டே இருந்தான். நிலவொளியில் தென்னை மரக் கீற்று அசைவது ரம்மியமாகத் தோன்றியது. பாயில் சிறிது நேரம் படுத்துக் கொண்டிருந்தவர் எழுந்து கதவைத் திறந்துகொண்டு உள்ளே சென்றார். விளக்கு மங்கலாக எரிந்து கொண்டிருந்தது. தன்னை யாரோ தொடுவதாக உணர்ந்தவள் விழித்துக்கொண்டு எழுந்து உட்கார்ந்தாள். அவள் அருகில் சென்று அவளைத் தன் பக்கம் இழுத்தார் அவர். அவர் பிடியில் இருந்து வலுக்கட்டாயமாகத் தன்னை விடுவித்துக் கொண்டிருந்தாள் அவள். அவர் விடாமல் அவளைத் தன்னை நோக்கி இழுத்துக் கொண்டே இருந்தார். ஒரு கட்டத்தில், "இன்னைக்கி வேணாம்; போயி படுத்து தூங்கு" என்று எரிச்சலுடன் அவரைப் பார்த்துச் சொன்னாள். போதை மிகுதியால் அவருக்கு ஆத்திரமாக இருந்தது. வார்த்தைகள்

தடித்தன. நாக்கு குழறிக் கொண்டிருந்தது. “இன்னிக்கி ஏன்டி தேவிடியா வேண்டானு சொல்ற?” என்று ஆத்திரத்துடன் கேட்டார். அவர் வார்த்தைகள் ஈட்டியைப் போல அவள் நெஞ்சில் இறங்கின. அவள் வலியால் துடித்தாள். அவர் மேலும் மேலும் கெட்ட வார்த்தைகளை உதிர்த்துக் கொண்டே இருந்தார். “வாய மூடுடா குடிகார கம்னாட்டி” என்று அவரைப் பார்த்து சத்தம் போட்டுக் கத்தினாள். “யாரடி குடிகாரன்னு சொல்ற தேவ்டியா?” என்று கத்திக்கொண்டே எழுந்து அவளை எட்டி உதைத்தார். அவள் அலறிக் கொண்டு கீழே விழுந்தாள். சத்தம் கேட்டுக் கட்டிலில் படுத்துக்கொண்டிருந்த இவன் எழுந்து கதவருகே வந்து நின்றான். உள்ளே இருவருக்கும் சண்டை நடந்து கொண்டிருப்பதை உணர்ந்து கொண்டான். உள்ளே செல்வதா வேண்டாமா என்ற குழப்பத்தில் அவன் தவித்தான். கணவன் மனைவிக்கு இடையில் நடக்கும் சண்டை. தானாக சரியாகி விடும் என்று நினைத்துக் கொண்டு வந்து கட்டிலில் அமர்ந்து கொண்டான். உள்ளே அவர் குரல் உக்கிரத்துடன் கேட்டுக் கொண்டிருந்தது. “என்னிது வேணாம்னா வேற எவனுதுடி கேக்குது உனக்கு?” என்று திரும்பத் திரும்பக் கத்திக் கொண்டிருந்தார். அவள் விசும்பிக் கொண்டிருப்பதையும் அவனால் நன்கு கேட்க முடிந்தது. அவர் விடாமல் அசிங்கமாகவே பேசிக் கொண்டிருந்தார்.

“எவன பாரு பல்ல இளிச்சிக்கினு நிக்க வேண்டியது” என்று அவர் வாயை இளித்துக்காட்டி சொன்னபோது, அவளும் தாங்க முடியாமல், “போடா பொட்ட பையா” என்று சொல்லி அவர் முகத்தில் காரித் துப்பினாள். அவள் கூறிய வார்த்தைகளை கேட்டதும் அவர் கோபம் மேலும் பீறிட்டெழுந்தது. தலைக்கேறிய போதையில் என்ன பேசுகிறோம் என்று தெரியாமலேயே அவர் வாயிலிருந்து வார்த்தைகள் வந்து விழுந்தன. “என்னிக்காவது எனக்கு சோறு ஒழுங்கா போட்டிருக்கியா டீ. அக்கா பையனுக்கு மட்டும் கொழஞ்சி கொழஞ்சி போடுற. அவன் ஒனக்கு அக்கா பையனா, இல்ல ஆம்படையானாடீ” என்று கத்திக்கொண்டு அவளை அடிக்க கையை ஓங்கினார். அவள் குனிந்து வேறு பக்கம் சாய்ந்து கொண்டாள். இவர் போய் சுவரில் மோதிக் கொண்டார். சித்தப்பாவின் வார்த்தைகளைக் கேட்டதும் அவனுக்கு நெஞ்சு வெடித்து விடும்போல இருந்தது. உண்மையில் போதையில்தான்

அப்படி பேசுகிறாரா என்று யோசித்தான். எப்படி சிந்தனையை மாற்றினாலும் மீண்டும் மீண்டும் அவ்வார்த்தைகளிலேயே அவன் மனம் அமிழ்ந்து கொண்டிருந்தது. ஒரு புழுவைப் போல அவன் நெளிந்து கொண்டிருந்த போது உள்ளிருந்து அவள் அழும் சத்தம் தொடர்ந்து கேட்டுக் கொண்டிருந்தது.

விடியக் காலையிலேயே புறப்பட்டுத் தயாராக இருந்த விசுவிடம், “ஏன்டா கால சாப்பாடு சாப்பிட்டு போலாமில்ல” என்று சித்திக் கேட்டாள். “பரவாயில்ல சித்தி” என்று சொல்லி அவன் புறப்படுவதிலேயே குறியாக இருந்தான். அங்கு அதற்கு மேல் அவனால் இருக்க முடியவில்லை. சித்தியைப் பார்க்கவே அவனுக்கு சங்கடமாக இருந்தது. இரவு நடந்த சம்பவங்களும் பேச்சுக்களும் தொடர்ந்து அவன் மனத்திரையில் அசைந்துகொண்டே இருந்தன. “இன்னும் ரெண்டு வாரத்துக்கு வந்து நத்த கறி சாப்பிட்டு போடா; மூலம் தழும்பே இல்லாம ஆறிடும்” என்று இவனிடம் சொன்னாள். அவன் எந்த உணர்வையும் வெளிக்காட்டிக் கொள்ளாமல் “சரி சித்தி” என்று சொல்லிக்கொண்டே சைக்கிளில் ஏறி மிதிக்கத் தொடங்கினான்.

***

முள் கரண்டியை எடுதது விசுவுக்கு எதிரில் இருந்த சில்வர் தட்டில் இரண்டு தட்டு தட்டினான் ரமேஷ். தட்டில் இருந்து எழுந்த ஒலியின் அதிர்வுகள் விசுவை பழைய நினைவுகளில் இருந்து மீளச் செய்தது. சித்தப்பாவின் நினைவில் இருந்து மீள அவன் மீதம் வைத்திருந்த மதுவை எடுத்து அருந்தினான். இந்த நேரத்தில் ஏன்தான் சித்தப்பாவை நினைத்தோமோ என்று நொந்துகொண்டான் விசு. அவரின் அசிங்கமான பேச்சுகள் இவன் காதில் ஒலித்துக்கொண்டே இருந்தன. மிளகும் பூண்டும் போட்டு நன்கு வறுக்கப்பட்டிருந்த மாட்டிறைச்சித் துண்டை எடுத்து வாயில் போட்டு ருசித்து சாப்பிட்டுக்கொண்டே சுவரில் தொங்கிக் கொண்டிருந்த அகன்ற திரை தொலைக்காட்சியைப் பார்க்கத் தொடங்கினான். மாட்டிறைச்சியின் சுவை அவன் நாவெங்கும் பரவவும், இவன் ரமேஷிடம், “இன்னும் கொஞ்சம் ஊத்துடா” என்று சொல்லிவிட்டு மறுபடியும் தொலைக்காட்சியில் ஓடிக் கொண்டிருந்த படத்தைப் பார்க்கத்தொடங்கினான். அதில் வேக வைக்கப்பட்டிருந்த

ஷூவை சாப்ளின் ரசித்து சாப்பிட்டுக் கொண்டிருந்தார். கத்தியும் முள்கரண்டியும் கொண்டு சாப்ளின் ஷூவின் ஆணிகளைப் பிடுங்கி லாவகமாக சாப்பிடுவதை இவன் சிரித்தபடி பார்த்துக்கொண்டே ரமேஷை சீண்டி படத்தைப் பார்க்கச் சொன்னான். அப்போது முள்கரண்டி கொண்டு ஷூவின் நாடாக்களை நூடுல்ஸைப் போல நுட்பத்துடன் எடுத்து வாயில் போட்டு மென்று கொண்டிருந்தார் சாப்ளின். அவரது முகபாவங்களைப் பார்த்து இவர்கள் குலுங்கிக் குலுங்கி சிரித்தனர். சாப்ளின் படத்தைப் பார்த்து இவர்கள் விழுந்து விழுந்து சிரிப்பதைக் கண்ட குறுந்தாடிக்காரர் அவர்களிடம், "அந்த நடிகர் யார் தெரியுமா?" என்று கேட்டார். "சாப்ளின்" என்று சொல்லிவிட்டு "இது கூடவா சார் எங்களுக்குத் தெரியாது?" என்று விசு கேட்டான். "என்ன படம்னு தெரியுமா?" என்று அடுத்த கேள்வியைக் கேட்டுக் கொண்டே, "சொல்லிட்டீங்கன்னா டக்கீலா ஒரு புல் வாங்கித் தறேன்" என்றும் சொன்னார். "ஷக்கீலானா தெரியும்" என ரமேஷ் மெல்லிய குரலில் சொன்னான். தங்களுக்குத் தெரியாதென தொடக்கத்திலேயே அவர்கள் உதட்டைப் பிதுக்கிக் காண்பித்தனர். அவர் தன் கோப்பையில் இருந்த மதுவைக் காலி செய்துவிட்டு, "கோல்ட் ரஷ்" என்று கூறிவிட்டு தன் இருக்கைக்கு சென்று அமர்ந்துக் கொண்டார். "சும்மா கதை வுடராறோ?" என்று கிசுகிசுவென இவனிடம் சொன்னான் ரமேஷ். அதற்கு அவனைப் பார்த்துக் கொண்டே மெலிதாக சிரித்தான் விசு.

வெளியில் மழை சோவென்று பெய்து கொண்டிருந்தது. மதுக் கூடம் முழுக்க கூட்டம் நிரம்பி இருந்தது. மெல்லிய ஒலி அளவில் வழிந்து கொண்டிருக்கும் கருவி இசைக்கேற்ப பக்கத்து இருக்கைகாரர் மேசையில் மெதுவாகத் தட்டிக் கொண்டிருந்தார். அவரைப் போல இசையையும் படங்களையும் ரசிக்கக் கற்றுக்கொள்ள வேண்டும் என்று நினைத்துக்கொண்டே ரமேஷ் எஞ்சியிருந்த மதுவை எடுத்து குடித்துவிட்டு வறுத்த முந்திரியை எடுத்து வாயில் போட்டு மென்றான். இசை பெருகி மழையின் குளுமையை அடர்த்தியாக்கிக் கொண்டிருந்தது. இவர்கள் மேலும் ஒரு அரை பாட்டில் மதுவுக்கு சொல்லி அனுப்பினர். மதுபாட்டில் கொண்டு வரச் சென்ற பணியாளரை மீண்டும் அழைத்த விசு, "சார் ரெண்டு அரை வேக்காடு"

என்று சொன்னான். போதை மெல்ல அவர்களுக்குள் திரண்டுக் கொண்டிருந்தது. அவர்கள் கண்கள் மேல் நோக்கி செருக ஆரம்பித்திருந்தன. அப்போது தொலைக்காட்சியில் பாண்டிராம் சில்க்ஸ் விளம்பரம் ஓடிக்கொண்டிருந்தது. அதில் நடித்திருந்த பெண்ணின் முகம் விசுவிற்கு அவன் அக்காவை நினைவூட்டியது. ஆழ்ந்து யோசித்துக்கொண்டே தட்டில் இருந்த மாட்டிறைச்சியை முள்கரண்டியால் குத்தி எடுத்து வாயில் போட்டு மென்று கொண்டே வெகு நாட்களாக தன் மனதை அரித்துக் கொண்டிருக்கும் விஷயத்தைப் பற்றி ரமேஷிடம் கேட்கலாமா என்று யோசித்தான். இப்போதே கேட்டுவிடு; தள்ளிப்போடாதே என்று அவன் உட்கொண்டிருந்த மது ஏற்படுத்திய போதை அவனைத் தூண்டிக் கொண்டிருந்தது. நிமிர்ந்து அவனைப் பார்த்தான். அவன் வேறெங்கோ பார்த்துக் கொண்டிருந்தான். சீக்கிரம் கேள் என்று இவன் மனசு அடித்துக் கொண்டது.

தன் எதிரே கோப்பையில் எஞ்சியிருந்த மதுவை எடுத்து மடக்கெனக் குடித்துவிட்டு, "ஏன்டா அக்காவையும் உன்னையும் பத்தி ஊர்ல பேசிக்கிறது உண்மையா?" என்று விசு அவனைப் பார்த்துக் கேட்டான். சட்டென இவன் அப்படி கேட்டதும் ரமேஷுக்கு தூக்கி வாரிப்போட்டது. போதை படர்ந்திருந்த முகத்திலும் பயத்தின் ரேகைகள் துல்லியமாகத் தெரிந்தன. விசுவை நிமிர்ந்து பார்க்க முடியாமல் அவன் தலை கவிழ்ந்து இருந்தான். கணவனைப் பிரிந்து வீட்டிலேயே இருக்கும் தன் அக்காவின் மங்களகரமான முகம் விசுவின் மனதில் மறுபடியும் தோன்றி மறைந்தது. பணியாளர் மதுவையும் அரை வேக்காட்டையும் கொண்டு வந்து வைத்துவிட்டு, "வேற எதுவும் வேணுமா சார்?" என்று கீழே குனிந்து கேட்டார். "தேவைனா கூப்பிடறோம்" என்று சொல்லி அவரை அனுப்பிவிட்டு பாட்டிலைத் திறந்து இரு கோப்பையிலும் மதுவை ஊற்றிக் கொண்டிருக்கும் போது, அவன் அழுது கொண்டிருப்பதைக் கண்டான். இவன் மனம் கனக்கத் தொடங்கியது. என்ன செய்வதென்று தெரியவில்லை. சிறிது நேரம் அமைதியாக இருந்தான். இவன் கோப்பையில் இருந்த மதுவில் நீர் ஊற்றி ஐஸ் துண்டுகளை எடுத்து போட்டு கலக்கிக் கொண்டிருக்கும் போது, அவன் தள்ளாட்டத்துடன் எழுந்து இவன் கைகளைப் பிடித்துக்கொண்டு, "என்ன மன்னிச்சிடுடா விசு" என்று அழுது

கொண்டே கூறினான். அவன் கண்களில் இருந்து பெருக்கெடுத்த கண்ணீர் இவன் கைகளில் பட்டுத் தெறித்துக் கொண்டிருந்தது. கைகளைப் பிடித்துக்கொண்டு அவன் அவ்வாறு சொன்னதும் இவனுக்கு மனம் ரணமாகி வலிக்கத் தொடங்கியது. இனம் புரியாத ஒரு சங்கடத்தில் மாட்டிக்கொண்டு விட்டதாக நினைத்தான். மதுக்கூடத்தை விட்டு சட்டெனக் கிளம்பிவிட வேண்டும் என்று தோன்றியது. அவன் கண்களில் நீர் வழிய தேம்பிக் கொண்டிருந்தான். அவனையே கொஞ்ச நேரம் பார்த்துக் கொண்டிருந்தான். அவன் மேசையை வெறித்துப் பார்த்தபடி அழுது கொண்டிருந்தான். இருவரும் எதுவும் பேசிக் கொள்ளாமல் சிறிது நேரம் அப்படியே இருந்தனர்.

பின்னணியில் ஒலித்துக் கொண்டிருந்த இசை அவனுள் துக்கத்தின் அடர்த்தியைக் கூட்டிக் கொண்டிருந்த போது இவன், "சரி எடுத்து குடிடா" என்று அவனிடம் சொன்னான். அவன் அமைதியாக இருந்தான். மீண்டும் இவனே, "சொல்றேன் இல்ல எடுத்து குடிடா" என்று அவனிடம் சொன்னான். மதுக் கோப்பையை எடுக்க அவன் கை நீட்டிய போது அவன் நடுங்கும் கரத்தை இவன் பார்த்தான். அவன் கோப்பையில் இருந்த மதுவை ஒரே மடக்கில் குடித்துவிட்டுக் கீழே வைத்துவிட்டு, முள் கரண்டியால் ஒரு துண்டு மாட்டிறைச்சியை எடுத்து வாயில் போட்டு மென்றான். இவனைப் பார்க்க அவனுக்கு சங்கடமாக இருந்தது. பேசுவதற்கான எந்த சொற்களும் அவனிடம் இல்லாமல் இருந்தன. பாட்டிலில் இருந்த குளிர்ந்த நீரை எடுத்து ஒரு மிடர் குடித்துவிட்டு வைத்தான். வெளியில் மழையின் சடசடப்பு கொஞ்சம் மட்டுப்பட்டிருப்பதாகத் தோன்றியபோது விசு எழுந்து கழிப்பறை நோக்கிச் சென்றான். பாட்டிலில் இருந்த மதுவை எடுத்து தன் கோப்பையில் ஊற்றிக் கொஞ்சமாக நீர் ஊற்றி ரமேஷ் குடித்துவிட்டுக் கீழே வைக்கும்போது, இவன் கழிப்பறையில் இருந்து திரும்பிக் கொண்டிருந்தான். அதிகமாக மதுவை ஊற்றிக் குடித்ததால் அவன் வாய் குழறியபடியே பேசத் தொடங்கினான். இவன் வந்து எதிரில் அமர்ந்து தன் கோப்பையில் கொஞ்சம் மதுவை ஊற்றிக் கொண்டு அவனிடம் வேண்டுமா என்று கேட்டான். அவன் வேண்டும் என்பது போல தலையாட்டினான். அவனுக்கும் சிறிது ஊற்றிவிட்டு பாட்டிலில் இருந்த குளிர்ந்த நீரை எடுத்து இரு கோப்பையிலும்

ஊற்றினான். அவன் எடுத்து மடக் மடக்கெனக் குடித்துக் கீழே வைக்கும்போது, “அக்காதான்டா கூட்டிச்சி... நானா போகல” என்று வாய் குழறிக் குழறி பேசினான். அவன் சொல்லச் சொல்ல இவனது கரங்கள் நடுங்கத் தொடங்கின. கூரிய ஊசியைக் கொண்டு யாரோ தொடர்ந்து தன்னைக் குத்திக் கொண்டிருப்பதாக உணர்ந்தவன், கோப்பையில் இருந்த மதுவை எடுத்து ஒரே மடக்கில் குடித்தான். மனம் நிலை கொள்ளாமல் தவித்துக் கொண்டிருந்தது. அவன் அப்படியே மேசையில் சரிந்தான். வாயில் இருந்து, “அவுங்கதான்டா என்ன கூப்டாங்க, நானா போவல” என்ற சொற்கள் திரும்பத் திரும்ப வந்து கொண்டிருந்தன. அதற்கு மேல் இவனுக்குக் குடிக்கத் தோன்றவில்லை. இசை, நடமாட்டங்கள், பேச்சொலி அனைத்தும் இவனுக்கு மேலும் தொந்தரவு கொடுப்பதாகவே இருந்தன. தலையை குனிந்து மேசையையே வெறித்துப் பார்த்துக் கொண்டிருந்தான். அதீத போதையால் இவனுக்கு தலை சுற்றுவது போல உணர்ந்தான். கண்களை மூடியபடி இருக்கையில் சாய்ந்து உட்கார்ந்தான். பின்னணியில் இசை மென்மையாக ஒலித்துக் கொண்டிருந்தது. மழை முற்றிலுமாக நின்று விட்டிருந்தது. கண்ணாடிக் கதவைத் திறந்து கொண்டு வருவதும் போவதுமாக இருந்தனர் சிலர். அக்கா அழைத்தால் இவனுக்கு எப்படி சம்மதிக்க மனது வந்தது என்று யோசித்தவனுக்குள் கோபம் எரிமலையென உருக்கொள்ளத் தொடங்கியது. அக்காவைப் பற்றி நினைக்கவும் அருவருப்பாக இருந்தது அவனுக்கு. மொத்த கோபமும் எதிரில் அமர்ந்திருந்த ரமேஷ் மீது திரும்பியது. தட்டில் கிடந்த முள்கரண்டியை எடுத்து, “தேவ்டியா பையா” என்று கத்திக்கொண்டே அவன் கழுத்தில் இரண்டு முறை குத்தினான். ரத்தம் பீறிட்டுக் கிளம்ப அவன் துடிதுடித்துக்கொண்டே கத்தியபடி கீழே சரிந்தான். கழுத்திலிருந்து ரத்தம் இறங்கித் தரையில் பரவிக் கொண்டிருந்தது. அவன் பார்வை இவன் மீதே நிலைத்திருந்தது.

“ஒன்மோர் டிரிங்” என்று மேசையைத் தட்டி, பக்கத்து இருக்கையில் அமர்ந்திருந்தவர் தூரத்தில் நின்றிருந்த பணியாளரிடம் உரத்தக் குரலில் கேட்ட போதுதான் கண்ணை மூடி இருக்கையில் சாய்ந்திருந்த விசு கண்களைத் திறந்து பார்த்தான். பதற்றத்தோடு தட்டில் கிடந்த முள் கரண்டியைப் பார்த்தான். பின் எதிர் இருக்கையில் சாய்ந்திருந்த ரமேஷைப்

பார்த்தான். எந்த அசம்பாவிதமும் நடந்து விடவில்லை என்று நினைத்தபடியே தன் குரூரமான நினைப்பை எண்ணி சங்கடப்பட்டான். முனகிக் கொண்டிருந்தவனையே இவன் உற்றுக் கவனித்துக் கொண்டிருந்தான். வெளிக் காட்டிக்கொள்ள முடியாத துயரம் ஒரு புழுவைப் போல இவன் மனதில் நெளிந்து கொண்டிருந்த போது பணியாளர் பில்லை எடுத்துக்கொண்டு, முகத்தில் வழக்கமான புன்னகையை ஏந்தியபடி நடந்து வந்து கொண்டிருந்தார். மஞ்சள் பூசிய மெல்லிய சிரிப்புடன் கூடிய அக்காவின் முகம் இவன் மனதில் திரும்பத் திரும்பத் தோன்றி மறைந்தது. "டேய், கிளாஸ்ல இருக்கறத எடுத்துக் குடிச்சிட்டு கிளம்புடா, நேரமாவுது" என்று சொல்லிக்கொண்டே ரமேஷை விசு எழுப்பத் தொடங்கினான். அவன் அப்போதும் முனகிக்கொண்டே இருந்தான். "அவுங்கதான்டா... அவுங்க தான்டா..." எனும் வார்த்தை மிகத் துல்லியமாக அப்போதும் கேட்டது.